Tutarudi na Roho Zetu?

Simulizi Sisimka

Tutarudi na Roho Zetu?

Ben R. Mtobwa

Simulizi Sisimka

Nairobi • Kampala • Dar es Salaam • Kigali • Lilongwe • Lusaka

Kimetolewa na
East African Educational Publishers Ltd.
Elgeyo Marakwet Close, off Elgeyo Marakwet Road,
Kilimani, Nairobi
S. L. P 45314, Nairobi – 00100, KENYA
Simu: +254 20 2324760
Rununu: +254 722 205661 / 722 207216 / 733 677716 / 734
652012
Barua pepe: eaep@eastafricanpublishers.com
Tovuti: www.eastafricanpublishers.com

Shirika la East African Educational Publishers lina uwakilisho katika
nchi za Uganda, Tanzania, Rwanda, Malawi, Zambia, Botswana na Sudan
Kusini.

Kilitolewa na kuchapishwa mara ya kwanza na
Vitabu vya Mkuki 1993
Kilichapishwa tena 1997, 2008

Toleo hili 2020

ISBN 978-9966-46-941-0

... Iwe Zawadi yangu
kwa
Kila Mwanamapinduzi

SURA YA KWANZA

Kama maji ya bahari ya Hindi yangekuwa na hisia, basi yangejisikia fahari sana kwa kupata fursa nyingine ya kuiburudisha miili ya viumbe hawa wawili ambao walikuwa wakiogelea kando kando ya ufuko huku wakicheza na kucheka. Walifanya picha ya kuvutia sana hasa sura zao nzuri zilipoibuka kutoka majini na kumezwa na tabasamu ambalo lilisababishwa na mzaha waliokuwa wakifanyiana chini ya maji. Baada ya kuogelea kwa muda walirejea nchi kavu ambako walijibwaga juu ya mchanga kuliruhusu joto likaushe maji miilini mwao. Ufuko pia ungekuwa na kila sababu ya kusherehekea fahari ya kulaliwa na viumbe kama hawa. Kwani walioana kimaumbile kama pacha, ilhali hawakuwa mtu na dada yake.

Walikuwa kama pea ya kiatu cha kiume kwa cha kike. Mwanamume hakuwa mwingine zaidi ya yule kijana mwenye umbo refu, kakamavu, lililokaa kiriadhariadha na sura nzuri, yenye dalili zote za hekima, ushujaa na ucheshi. Kwa jina anaitwa Joram Kiango.

Naye msichana alibahatika kupewa umbo lenye kila kitu ambacho msichana anahitajika kuwa nacho, wakati huo huo akiwa na kila ambacho mvulana legelege asingekuwa nacho. Ni yule ambaye akutazamapo ungependa aendelee kukutazama, achekapo unafarijika, atembeapo unaburudika. Yule ambaye kuna madai kwamba alikuja duniani kwa makosa baada ya kuumbwa ili awe malaika. Madai ambayo kama si ya kweli basi yako mbali sana na uongo. Hata jina lake halikutofautiana sana na sura yake. Wanamwita Nuru.

Baada ya kuhakikisha kuwa miili yao ilikuwa imekauka, walijifuta vizuri kisha wakazichukua taulo zao na kuondoka wakifuata gari lao. Macho ya watu wengi, Waswahili kwa watalii ambao walikuwa katika ufuko huo, hayakukoma kuwafuata. Kutazamwatazamwa, hasa wanapokuwa pamoja halikuwa jambo geni tena kwao. Mara kwa mara macho ya kiume yalikuwa yakimwandama Nuru hali ya kike yakimfuata Joram kila mahala walipopita. Walijifunza kuyazoea hata wakaanza kusahau kuwa wanatazamwa. Hivyo, walipolifikia gari waliingia na kulitia moto wakilielekeza mjini kwa mwendo usio wa haraka.

Hawakuwa na sababu yoyote ya kufanya haraka. Ratiba yao ya starehe ilikuwa ikielekea kwisha mapema zaidi ya walivyokusudia. Walikuwa wamekubaliana wakae katika miji yote mashuhuri hapa nchini kwa muda wa wiki nzima kila mji. Lakini hii ilikuwa wiki ya pili tu na tayari walikuwa wameishi Zanzibar, Moshi, Arusha, Dodoma, Mwanza na kujikuta wamerejea Dar es Salaam. Kila mji waliuona unakinaisha baada ya siku mbili tu. Maisha ya mahotelini waliona yanawafaa watu wavivu, nazo mbuga za wanyama ziliwasisimua watalii, ilhali miji iliwaridhisha wenyeji, na safari za hapa na pale zilikinaisha.

Hivyo ingawa walirejea Dar es Salaam na kuendelea na starehe zao wakiishi katika hoteli ya Kilimanjaro, ingawa waliendelea kucheza na kucheka, ingawa hakuna aliyetamka neno lakini bado haikuwa siri tena kuwa maisha ya "kula, kulala … kula, tena, kulala tena" yalikuwa yameanza kuwachosha.

Maisha hayo yalikuwa yameanza usiku ule ambao Joram Kiango asingeweza kuusahau. Usiku ambao hadi leo bado unamtia maumivu moyoni, kila anapokumbuka alivyodhulumiwa haki na wajibu wake wa kuitia risasi katika kichwa cha Proper, yule katili ambaye pamoja na kuwaangamiza watu wengi wasio na hatia alikuwa amemuua Neema Iddi kinyama. Ni siku hiyo ambayo Joram aliitupa bastola yake na kuamua kuishi kivivu kama wanavyoishi watu wengine. Msichana huyu Nuru alikuwa amehusika sana katika mkasa huo ambao tayari mtu alikuwa ameuandikia kitabu na kukiita *Salamu Toka Kuzimu*. Kamwe Nuru alishindwa kuachana na Joram na hangeweza kustahimili kumwona Joram akiteseka na msiba huo peke yake. Alimfuata na kumsihi hata kulipopambazuka wakajikuta wako pamoja, juu ya kitanda kimoja.

Tangu hapo hawakuachana. Joram hakuwa mtu anayeweza kuachwa kirahisi. Naye Nuru kadhalika alitofautiana sana na wale wanawake wazuri ambao uzuri wao ni pindi wanapokuwa wamevaa nguo tu. Alikuwa na mengi ambayo aliyatenda kwa nia moja tu — ya kumfariji Joram, naye Joram alijikuta akianza kujisamehe. Lakini asingeweza kusahau...

<hr />

Walipowasili chumbani mwao, walijipumzisha vitandani mwao kwa muda huku wakilainisha koo zao kwa vinywaji vitamu. Kisha walifuatana bafuni na kuyaondoa maji ya chumvi miilini mwao kwa kuoga vizuri kwa sabuni. Baada ya hapo walienda katika chumba cha maakuli ambako walikula na kujiburudisha kwa vinywaji vikali na maongezi laini.

Joram akiwa katika vazi lililomkaa vyema, suti ya kijivu iliyooana na viatu vyeusi kama kawaida, alikuwa tishio kubwa kwa wanaume waliokuja na wasichana wao. Hata hivyo, walijifariji kwa kujua kuwa asingekuwa "mwendawazimu" wa kuvutiwa na yeyote kwani aliyeketi naye hakuwa msichana wa kawaida.

"Kwa nini wanaishi hapa Bongo watu kama wale?" mtu mmoja alimnong'oneza jirani yake. "Tazama wanavyopendeza! Wangeweza kwenda zao nje na kutajirika sana endapo wangecheza mchezo mmoja tu wa sinema".

"Kweli kabisa," aliungwa mkono. "Hata maumbile yao yanaafikiana. Yule dada anatosha kabisa kumtia mwanamume yeyote wazimu kiasi cha kumfanya auze nyumba".

Maongezi hayo hayakumfikia Joram wala Nuru. Lakini alikwisha zoea kuyasoma katika macho ya watazamaji wake. Hivyo alitabasamu kidogo na kuagiza kinywaji kingine. Nuru alikuwa akiongea neno. Joram aliitikia bila kumsikia. Waliendelea kunywa kwa muda hadi walipoamua kuwa wametosheka ndipo walipofuatana katika ukumbi wa muziki ambako walisikiliza muziki na kucheza kwa saa kadhaa. Walipokinai walikiendea chumba chao ambacho kiliwalaki na kuwapa usiri. Katika usiri huo, kwa mara nyingine, miili yao iliburudika na kusherehekea afya zao.

Kesho yake baada ya kufunguakinywa walitazamana katika hali ya kuulizana waitumie vipi siku hiyo. Nuru aliweza kuzisoma dalili za kuzikinai ratiba zao ambazo zilikuwemo katika macho ya Joram. Ingawa walikuwa wakistarehe na kujiburudisha kwa furaha ilikuwa dhahiri kuwa burudani hizo kama zilikuwa zikiuburudisha mwili wa Joram kamwe hazikuwa zikiburudisha akili yake. Ingawa uso wake ulikuwa ukitabasamu mara kwa mara, roho yake ilikuwa ikiwaka kwa hasira kali dhidi ya adui zake, adui wa taifa na maendeleo ya jamii. Adui ambao walikuwa wamefanya maovu mengi yasiyokadirika na kumtia lile donda la rohoni kwa kumuua kikatili msiri wake mkuu Neema. Nuru kwa dhamira ya kumsahaulisha Joram uchungu huo ndipo akajitoa kwake mwili na roho. Lakini ilikuwa dhahiri kuwa jeraha hilo lilikuwa bichi katika roho ya Joram; na lisingepona kabisa isipokuwa kwa dawa moja tu: kulipiza kisasi. Hayo alikuwa akiyaona wazi katika macho ya Joram ingawa alijisingizia kufurahia starehe zao.

Iko siku Nuru aliwahi kumwambia: "Sikia Joram. Huonekani kufurahia lolote tunalofanya. Kwa nini usirudie ofisi yako na kuendeleza harakati zako? Nitakuwa kama alivyokuwa Neema. Nitakusaidia kwa hali na mali." Joram alicheka na kumjibu;

"Mara ngapi nikuambie kuwa nimeacha shughuli hizo? Nitaendelea kustarehe hadi nitakapoishiwa senti yangu ya mwisho. Ndipo nitakapotafuta kazi na kuifanya kwa amani na utulivu kama vijana wenzangu."

"Kwa nini lakini? Kifo cha msichana mmoja tu kinakufanya usahau wajibu wako?"

"Sivyo Nuru. Isieleweke kuwa nimechukia kwa ajili ya kufiwa na Neema. Yeye ni mmoja tu kati ya mamia ya wasichana wanaouawa kwa dhuluma na ukatili aina aina ulioko duniani. Ni mmoja tu kati ya maelfu ya vijana wanaoteseka kwa shida ambazo wanazipata kwa makosa ya watu wengine. Ni mmoja tu kati ya mamilioni ya binadamu wanaoumia kwa umaskini ambao hawakuuomba na dhiki ambazo hazina umuhimu wowote."

"Sidhani kama nimekuelewa Joram, unazungumza kama mshairi."

"Labda. Ninachotaka kusema ni kwamba bastola yangu haitoshi kukomesha maovu yote yanayotendeka duniani. Kote Afrika na duniani kwa jumla binadamu hawako sawa kiuchumi. Wako wanaoshinda njaa na kuna wanaomwaga chakula. Kama kweli nakusudia kuondoa dhuluma na ukatili wa nchi dhidi ya nchi nyingine, basi sina budi kuukomesha pia ukatili wa mtu dhidi ya mwenzake. Maadamu hayo yako nje ya uwezo wangu naona sina budi kusahau yaliyopita na kuanza kula na kunywa kama vijana wenzangu."

"Hasira hizo Joram. Upende usipende ukweli ni huo huo: Bastola yako haiwezi kuwaelekea viongozi wazembe na wenye choyo ambao wanasababisha hali ngumu kwa wananchi. Lakini inawajibika kuwakomoa maadui ambao dhamira yao ni kuhakikisha hatulifikii lengo letu la kujenga taifa ambalo raia wake wanafaidi matunda ya uhuru wao. Unafahamu fika kuwa wanatunyima nafasi ya kufanya hayo..."

Maongezi hayo yalikuwa yamefanyika siku chache zilizopita. Nuru alikuwa ameyakumbuka tena leo baada ya kuziona dalili za kukinai katika macho ya Joram. Alijua na kuamini kama wanavyoamini watu wote wanaomfahamu Joram kuwa starehe yake kuu ni pindi anapopambana na adui na burudani yake ni hapo anapowashinda. Vinginevyo Joram alikuwa akijisingizia starehe.

"Leo wapi mpenzi?" Nuru aliona amchokoze.

"Leo najisikia kulala tu."

"Kulala mchana! Tangu lini umeanza tabia hiyo?"

"Tangu nilipoacha kuwa Joram Kiango na kuamua kuwa kijana mtumiaji anayeitwa Joram Kiango."

"Nilijua utachoka Joram. Kwa nini usirudi ofisini kuanzia leo?"

"Sikia Nuru. Usianzishe tena ule ubishi ambao siupendi. Kamwe nitakuwa hapa nikiendelea kutumia."

"Sidhani kama unasema ukweli. Huonekani mtu wa kustarehe maishani." Joram hakumjibu.

Alijilaza kitandani na kujisomea gazeti.

Kisha jirani yao wa chumba cha pili aliingia akiwa katokwa na macho. Hakujali kupiga hodi. Wala macho yake hayakuvutwa kuuhusudu uzuri wa Nuru kama ilivyokuwa kawaida yake. Badala yake alimwendea Joram kitandani akisema; "Hujasikia? Samora amekufa! Ndege yake imeanguka huko Afrika ya Kusini."

"Amekufa!" Nuru alishangaa.

"Amekufa. Si bure. Iko namna. Haiwezi kuwa ajali ya kawaida."

"Afrika ya Kusini? Alienda kufanya nini huko?" Joram aliuliza kwa utulivu. Hata hivyo, macho yake yalikuwa yakiwaka kwa hasira, ingawa hakupenda kuidhihirisha kwa Nuru.

"Siku hizi hata taarifa za habari husikizi Joram," Nuru alisema.

"Samora hakwenda Afrika Kusini. Alikuwa akitoka Zambia ambako alikutana na rais Mobutu na Waziri Mkuu Mugabe kutafuta mbinu za kuiwekea Afrika Kusini vikwazo zaidi vya kiuchumi."

"Wanasema chanzo cha ajali hakijapatikana. Bila shaka watakuwa wameisababisha ajali hiyo kwa njia moja au nyingine," alisema kwa masikitiko.

"Nadhani wamezoea kutuangamiza wapendavyo. Kwao sisi ni sawa na vifaranga waliofugwa. Yeyote ambaye hawampendi wanamponda kwa urahisi. Jambo la kusikitisha ni kwamba sisi hatuwezi kuwafanya lolote. Baya zaidi ni kwamba hatujui tutaendelea kuuawa mpaka lini. Kwanza walimwua Mondlane: Sasa wamemwua mrithi wake Samora. Na si hao tu. Viongozi wengi wa Afrika wameondokea kuwa kama mifugo yao. Tuna orodha ndefu ya viongozi wetu wanaouawa au kupinduliwa kwa matakwa yao. Tutaendelea kuvumilia mpaka lini?" Nuru alikuwa kama anayezungumza peke yake.

Lakini macho yake yalikuwa yakimtazama Joram. Alitamani aone kitu katika macho yake. Hakukiona. Jambo ambalo lilimfanya ainame chini na kuruhusu matone kadhaa ya machozi yamdondoke.

Yalikuwa machozi ya hasira zaidi ya huzuni.

Kifo hiki cha kijana shujaa aliyeheshimiwa kote duniani, aliyependwa na wapenzi wake na kuogopwa na adui zake; kilifuatwa na minong'ono mingi kote duniani. Watu walisema hili na lile, wakipingana na kuafikiana.

"Walimuua..."

"Bila shaka."

"... Njama za Afrika Kusini."

"Na vibaraka vyao."

Siku chache baadaye maongezi yalibadilika.

"Umesikia? Makaburu wanadai kuwa wataendelea kuwaadhibu viongozi na wananchi wote wa nchi za mstari wa mbele ambao wanajifanya vichwa ngumu."

"Kweli? Washenzi sana wale. Wanaweza kufanya lolote."

Na baada ya siku chache mambo yalianza kutukia. Magazeti kote duniani yalibeba habari za kusikitisha;

Watu mia nne wamefariki, mia tisa kujeruhiwa na maelfu kuponea chupuchupu katika ajali ambayo si ya kawaida iliyotokea huko Lagos, Naijeria. Watu hao walikuwa katika uwanja wa mpira wakitazama shindano kati ya timu ya Taifa ya nchi hiyo na Zaire. Dakika chache kabla ya mchezo huo kwisha moto mkali umelipuka na kuubomoa uwanja mzima na kusababisha maafa hayo. Wachunguzi wa mambo wanahisi kuwa huenda utawala wa Afrika Kusini unahusika.

Kabla watu hawajaisahau habari hiyo ilifuata nyingine ya kutisha vilevile.

Harare

Maghala manane ya serikali ambayo yalikuwa yamehifadhi chakula yameungua moto kwa pamoja. Chanzo cha moto huo hakijajulikana. Jambo la kushangaza ni jinsi maghala hayo yalivyoungua kwa pamoja ingawa yako katika wilaya mbalimbali za nchi hiyo. Kuna mashaka kuwa tukio hili kwa njia moja au nyingine linahusiana na yale maafa ya Naijeria.

Na baada ya siku chache;

Dar es Salaam

Katika matukio ya kutisha na kushangaza yanayozidi kutokea nchi zenye msimamo wa kimapinduzi za Afrika, leo asubuhi Tanzania imepatwa na pigo zito la kusikitisha. Jengo la Benki Kuu ambalo lilikuwa likikamilisha marekebisho baada ya ule moto wa awali limeungua tena. Safari hii haielekei kuwa kuna matengenezo yoyote yanayoweza kulirekebisha zaidi ya kujengwa upya. Chanzo cha moto huu hakijafahamika.

Habari hizi zilitisha Afrika na kuishangaza dunia. Kila mtu aliyezisikia redioni na kuzisoma gazetini alishangazwa na matukio haya ambayo mfano wake haukupata kutokea katika historia ya Afrika na dunia.

Ajali ni jambo la kawaida. Kadhalika kuna watu wanaoamini kitu kinachoitwa 'mkosi' na 'bahati mbaya'. Lakini mikosi mingi kiasi hiki na bahati mbaya kama hizi kuziandama nchi chache za Afrika zenye msimamo mmoja katika suala la ukombozi ni jambo ambalo lilisababisha nyongeza katika fikira za wasomaji na wasikilizaji wa vyombo vya habari. Kitu kinachoitwa 'roho mbaya' kilipenya katika fikira hizo, ingawa hakukuwa na hakika katika mawazo hayo. Baadhi hata waliwahi kutamka hadharani kuwa kuna mkono wa mtu katika matukio hayo.

Mawazo hayo yalifuatwa na hofu katika mioyo ya wananchi na serikali zao walipojiuliza: "Kipi kingefuata?"

"Joram, tutakaa kimya kusubiri maafa zaidi?" Nuru alikuwa amemuliza Joram baada ya kusoma habari hizi za tukio la Benki Kuu katika gazeti. Alikuwa amejitahidi kustahimili kutosema lolote aliposoma matukio ya Lagos na Harare. Lakini hili la nyumbani lilimgusa zaidi. "Aibu iliojee!" aliendelea. "Tuendelee kustarehe kwa vinywaji na muziki huku tukisubiri siku ambayo maafa mengine yatatokea! Haiwezekani Joram. Lazima tufanye jambo."

Ndiyo. Habari hizo hazikuwa zimempendeza Joram. Hata hivyo, alikuwa amezisoma kama raia wengine bila ya kudhihirisha dalili yoyote ya nia ya kufanya lolote kama alivyokuwa awali. Jambo ambalo lilimfanya Nuru atokwe na machozi. "Serikali inao polisi na wapelelezi wake, ambao inawalipa pesa nyingi," Joram alisema. "Mimi ambaye nimeacha shughuli hizo nitasaidia nini?"

"Huwezi kusema hivyo Joram. Siamini kama moyo wako wa uzalendo umedidimia kiasi hicho."

"Haujadidimia. Uko pale pale kama ilivyo mioyo ya wazalendo wengine."

"Lakini wewe si mzalendo wa kawaida Joram. Taifa linakuthamini na kukutegemea. Huwezi kulisaliti kiasi hicho bila sababu ya kuridhisha. Lazima ufanye jambo."

"Ndiyo. Nitafanya jambo. Nitastarehe na kuendelea kustarehe kama wanavyofanya vijana wenzangu. Njoo kitandani Nuru. Tafadhali. Njoo tustarehe. Acha wenye shibe waendelee kulinda shibe yao. Wewe na mimi tuna nini katika nchi na dunia hii?"

"Joram..."

"Nuru. Njoo tafadhali. Na kama umenichoka sema

nimtafute Nuru mwingine ambaye hachoshwi na starehe."

Nuru angependa kukataa, lakini asingeweza. Akamfuata Joram kitandani na kujilaza kando yake huku machozi yakimtoka kama kondoo anayesubiri kuchunwa.

SURA YA PILI

Kati ya watu ambao wameisumbukia nchi hii, wakiziweka roho zao katika minada ya maafa, na kwato za mauti kuilinda nchi isimezwe na janga la misukosuko inayosababishwa na majasusi hatari, ni mzee huyu Mkwaju Kombora.

Tangu utoto wake baada ya kumaliza kidato cha sita, alijikuta akitoka chuo hadi chuo, huku akifundishwa mbinu mbalimbali za kupambana na maadui. Baada ya kuhitimu vizuri alijikuta kavaa magwanda ambayo mabega yake hayakukoma kubadilikabadilika hadi alipojikuta Inspekta wa kikosi hiki maalumu. Kupanda kwake ngazi mara kwa mara kulitokana na moyo wake wa kishujaa na juhudi zisizo kifani katika kuwakabili maadui wa nchi. Mara kwa mara alikuwa akiwashinda adui zake isipokuwa safari chache ambazo alielekea kukata tamaa. Hata hivyo asingekosa kumshukuru Mungu kwani nyakati hizo alitokea kijana yule ambaye alisaidia kuwanasa adui kwa hila zake za kutatanisha. Kijana ambaye jina lake lisingeweza kumtoka akilini; Joram Kiango.

Kombora asingesahau mchango wa kijana huyo katika mikasa ile ambayo Mswahili mmoja ameamua kuandika vitabu ili apate chochote kile na kuviita Dimbwi la Damu, Mikononi mwa Nunda, Najisikia Kuua Tena na Salamu toka Kuzimu. Hata hivyo, kama polisi wengine, Kombora asingeweza kutamka hadharani kuwa Joram alifanya lolote la haja isipokuwa kwamba alibahatisha na kuhatarisha maisha yake.

Lakini leo Kombora alitamani kumbembeleza Joram, hata kwa kumwangukia miguuni, endapo ingebidi, amsaidie katika kuutatua mkasa huu ambao ulikuwa ukimtoa jasho yeye na polisi wenzake wote wa nchi zilizo mstari wa mbele kwenye ukombozi wa Kusini mwa Afrika.

Yalikuwa yakitokea mambo mengi. Mambo mazito na ya kutisha zaidi ya walivyoyafahamu wananchi wa kawaida ambao wanategemea gazeti, redio na televisheni viwape habari. Kila mmoja alikuwa amesikia mikasa ya kuteketea kwa mamia ya maisha ya watu wasio na hatia ambao walipata ajali ya kutatanisha katika uwanja wa mpira huko Naijeria. Pia ni wengi waliosikia juu ya kuungua kwa maghala ya chakula bila sababu mahsusi inayoeleweka huko Harare. Zaidi, hakuna Mtanzania ambaye hakupata kusikia habari ya kuungua tena kwa jengo la Benki Kuu ambalo lilikuwa likikamilishiwa shughuli za kujengwa upya.

Hayo ni maovu ambayo yalisikika katika vyombo vya habari na mitaani. Hayakumtisha sana Kombora. Lakini kulikuwa na haya ambayo bado yalikuwa siri mioyoni mwa wakubwa wachache wa ngazi za juu katika idara ya usalama. Haya ambayo hayasemeki wala kutangazika.

Viongozi wanane wa vyama kadhaa vya wapigania uhuru wa Afrika Kusini na mwakilishi wa PLO hapa nchini ambao walikuwa wakikutana kwa faragha katika jengo moja jijini Dar es Salaam walikuwa wamefariki ghafla katika moja ya ajali hizo zisizoeleweka. Hakuna anayefahamu kikamilifu chanzo cha kifo hicho isipokuwa kwamba walikufa kwa kuungua moto ambao ulilipuka ghafla katika chumba chao cha mkutano. Juhudi zote za kutafuta chanzo cha moto huo hazikuwa na mafanikio.

Zaidi ya hao, kuna wale mawaziri wa nchi zisizofungamana na upande wowote ambao walinusurika katika ajali ambayo haikutofautiana na hiyo ya Dar es Salaam. Mkutano wao ulikuwa umeandaliwa kufanyika katika chumba fulani katika jiji la Lusaka. Wakati wakijiandaa kwenda huko lilitukia suala jipya ambalo lilichelewesha msafara wao kwa zaidi ya nusu saa. Kuchelewa huko kuliyaokoa maisha yao. Kwani chumba hicho kililipuka kwa moto mkubwa ambao uliyapoteza maisha ya wafanyakazi wawili wa chumba hicho na kuharibu vifaa vyote. Kama awali, chanzo cha moto huu hakikupata kufahamika.

Hayo ni baadhi tu ya mambo ambayo yalikuwa yakitokea. Kulikuwa na hisia kuwa mkono wa utawala wa makaburu wa Afrika Kusini ulikuwamo katika vitendo hivyo. Lakini hisia hizo hazikuwa na hakika kamili hasa baada ya ushahidi mdogo ambao ulikuwa ukielekea kutoweka kwa njia nyingine ya kusikitisha.

Ushahidi huo ulikuwa ukielekea kuchipuka baada ya ule moto ambao uliiteketeza Benki Kuu. Yuko askari mmoja ambaye alisema kuwa aliamini moto huo ulisababishwa na mtu mmoja ambaye alifika katika jengo hili usiku na kujiita kuwa ni mmoja kati ya mafundi ambao walikuwa wakishughulikia jengo hilo. Jengo lilikuwa chini ya ulinzi mkali wa askari huyo na alimwamuru kusimama mikono juu. Mtu huyo alisihi kwa maneno mengi kuwa amesahau kitu cha muhimu sana kwake katika jengo hilo, jambo ambalo lilimfanya askari huyo amruhusu kuingia baada ya kumkagua kwa makini. Mtu huyo aliingia haraka haraka na baada ya dakika kadhaa alirudi huku akiwa ameshikilia hirizi mkononi na kusema kwa furaha. "Nilikuwa nimesahau hii, ndugu yangu. Bila ya kuwa na hii mfukoni siwezi kuishi saa ishirini na nne," alisema akiionyesha kwa askari huyo.

Askari huyo hakuwa amemwamini sana mtu huyo, kutokana na jinsi alivyomwona mkakamavu asiyehofu hata kwa kuelekezwa mtutu wa bunduki. Hivyo jengo hilo lilipolipuka moto saa kadhaa baadaye, alilielezea tukio hilo kwa wakubwa wake ambao walimweka kati ya watu ambao walilazimika kuongea na Kombora ana kwa ana. Baada ya kumsaili kwa mapana na marefu Kombora alielekea kuamini kuwa mtu huyo aliyeingia katika jengo hilo usiku alihusika kwa njia moja au nyingine katika janga hilo. Lakini pindi walipobuni mbinu za kuanzisha msako wa kumtafuta askari huyo ambaye ni mtu pekee aliyewahi kumwona, alikutwa akielea baharini pwani ya Magogoni akiwa maiti. Hakuna aliyeweza kueleza kilichomtoa kwake Magomeni Mikumi na kuja kuogelea kwa mara ya mwisho Magogoni.

Ilikuwa dhahiri kuwa aliuawa.

Jambo ambalo lilimfanya Inspekta Kombora na wenzake wazidi kuamini kwamba kulikuwa na namna katika ajali hizo zilizotokea katika miji mbalimbali ya Afrika huru. Juhudi zao za kutafuta chanzo na watendaji wa maafa hayo hazikuelekea kuzaa matunda yoyote zaidi ya zile hisia tu; kwamba Afrika Kusini ilihusika. Hisia ambazo ziliongezewa uzito na vitisho ambavyo vililetwa kwa njia mbalimbali zikitishia uhai wa maisha ya watu na nchi ambazo eti zingeendelea na msimamo wao wa kuibana Afrika Kusini. Vitendo ambavyo, licha ya kusababisha hofu na mashaka, vingeweza kupunguza hamasa ya moyo wa kimapinduzi katika fikira za mashujaa endapo zingeachiwa kuendelea.

Ni hapo ndipo Kombora alipozikumbuka silaha zote na kutamani zielekezwe Afrika ya Kusini. Ni hapo pia alipowakumbuka mashujaa wote na kutamani waelekee Afrika Kusini. Na kati ya mashujaa hao jina la Joram Kiango lilitangulia kumjia rohoni.

Hiyo ilikuwa baada ya kuwasiliana na wakuu wote wa vikosi maalum vya upelelezi katika nchi zote zilizokwisha kuhusishwa na maafa hayo ya kutatanisha. Walishauriana kuwa kila nchi ifanye juu chini kuhakikisha kisa cha maafa hayo kinafahamika na ikiwezekana maafa hayo yakomeshwe. Ndipo Kombora alipoanza kufanya kila juhudi. Tumaini pekee ambalo lilielekea kumpatia walao fununu yaani yule askari mlinzi wa Benki Kuu alikuwa sasa ameuawa kwa hila. Harakati za kupeleleza nani alihusika katika kumwua hazikuwa zimezaa matunda yoyote. Hivyo Kombora alijikuta hajapiga hatua yoyote katika jukumu hilo. Badala yake alijiona kama mtu aliyepooza ambaye anasubiri maafa ya moto unaomjia kasi.

"Joram lazima ashirikishwe," alifoka kimoyomoyo.

"Alikuwa na habari zote za Joram; kuwa tangu baada ya mkasa ule wa *Salamu toka Kuzimu* alikuwa ameiacha ofisi yake na kuanza maisha ya kiupuuzi katika mahoteli na mabaa akijistarehesha na yule msichana mzuri wa Arusha. "Yeye si mtu wa kuupoteza muda wake katika mabaa. Kipaji chake kinahitajika sana katika vita hivi. Lazima apatikane."

Alimtuma mtu ambaye alizunguka katika mahoteli makubwa makubwa na kumpata Joram. Lakini, kama Kombora alivyotegemea, majibu ya Joram yalikuwa ya kijeuri kiasi kwamba mtu huyo alijiona mjinga na kurudi akiwa amechukia, jambo ambalo lilimfanya jioni hii Inspekta Kombora ayavue magwanda yake na kuvaa mavazi ya kawaida, kisha akajitoma katika ukumbi wa hoteli ya Embassy ambamo aliambiwa kuwa Joram alikuwamo.

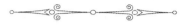

Joram, akiwa mtu ambaye halewi kwa urahisi, tunaweza kusema kuwa alikuwa amechangamka pindi Kombora alipoikaribia meza yake na kuomba kuketi.

"Karibu sana Inspekta, karibu uketi," alisema kwa uchangamfu huku akimwita mhudumu wa hoteli hiyo. "Leo naweza kusema kuwa ni siku tukufu sana kwangu kutembelewa na Inspekta Mkuu. Habari za siku nyingi mzee?"

"Polepole kijana," Kombora alisema. "Wanasema siku hizi hata kuta zina masikio."

"Kwani kuna lolote la siri tunaloongea mzee? Siku hizi mambo yote ya siri nimeachana nayo. Nimeamua kuwa raia mwema na mtulivu kama ulivyokuwa ukinitaka niwe," lilikuwa jibu la Joram.

Kombora hakutia neno. Akamgeukia Nuru na kumsalimu, "Bila shaka huyu ndiye yule dada ambaye alikuwa na balaa ya kulazimishwa kushirikiana na yule muuaji ambaye alikusudia kuangamiza viongozi wengi wasio na hatia?" Joram na Nuru waliitika kwa vichwa. "Ni msichana shujaa sana. Msichana wa kawaida angeweza kupoteza kichwa chake mara baada ya kukabiliwa na mkasa mkubwa kama ule," alimaliza akipokea kinywaji chake na kuanza kunywa.

"Sivyo mzee," Nuru alijibu. "Kila nikifikiria kile kitendo naona aibu kubwa sana. Nisingestahili kukubali kulazimishwa kushiriki katika mauaji ambayo yangekuwa ya kinyama kama yale. Ingawa yule jasusi Proper alikuwa kanilaghai kuwa ungekuwa mzaha wa kawaida bado sikustahili kuafikiana naye. Uzalendo wangu ulitiwa dosari na kitendo kile. Najaribu kutafuta nafasi ya kuudhihirisha moyo wangu lakini sijafanikiwa..."

"Joram ananinyima nafasi hiyo," Nuru aliongeza baada ya kusita kidogo.

"Ni hilo tu ulilotaka kusema Nuru?" Joram alidakia. "Na hata Inspekta nadhani amefuata kujadili hilo. Sivyo mzee?"

Inspekta aliimeza bia iliyokuwa kinywani mwake. Kisha alijibu, "Kiasi ni kweli kuwa niko hapa kujadili hilo, kiasi siyo kweli." Alisita kidogo na kuendelea, "Unajua hatujaonana kwa muda mrefu? Tangu ulipoondoka Arusha kwa hasira baada ya kuitupa bastola yako hatujaonana. Nilifika katika chumba cha dada huyu nusu saa baadaye na kuukuta ubongo ule na bastola. Nilidhani umemuua wewe. Lakini bastola yako haikuwa imefyatuliwa walao risasi moja. Mara kikatoka kile kitabu ambacho kilinifanya nielewe yote yaliyotokea. Ndipo nikaelewa kwa nini umekasirika na kuamua kuwa mnywaji."

"Niite mlevi Inspekta, sijali."

"Hapana. Wewe si mlevi na wala huwezi kuwa mlevi. Ni mnywaji tu. Mnywaji ambaye hanywi kwa ajili ya kupenda kunywa, isipokuwa kwa ajili ya hasira baada ya kunyang'anywa fursa ya kuitia risasi kwa mkono wako katika kichwa cha yule mshenzi. Sivyo Joram?'' Kombora alitulia akimtazama Joram. Mara akakumbuka kuwa alikuwa hajavuta sigara kwa muda mrefu. Akatoa moja na kuiwasha baada ya kuwataka radhi jirani zake.

"Kuacha hadhi yako ipotee kwa ajili ya kukosa nafasi ya kumuua mtu mmoja tu duniani!" Kombora aliendelea, "sioni kama ni haki. Ziko nafasi nyingi za kufumua vichwa vya watu wenye haki kabisa ya kufumuliwa. Hati maalumu inatayarishwa ambayo itakuruhusu kufanya lolote kama afisa yeyote wa usalama mwenye jukumu maalumu. Zaidi kimetengwa kifungu maalumu cha fedha ambacho kitaingizwa katika akaunti yako ili pesa zisiwe kipingamizi..."

"Taratibu Inspekta," Joram alimkatiza. "Vipi? Mbona mema mengi hivyo? Kama sikosei unachotaka kusema ni kwamba unaniomba nishiriki katika kutafuta kiini cha maafa haya yanayotendeka katika nchi za mstari wa mbele. Na kama sikosei nadhani mtu uliyemtuma kwangu amekupa majibu yangu rasmi. Msimamo wangu ni ule ule. Na utaendelea kuwa ule ule. Kama mlimfahamu Joram ambaye alikuwa mpenzi wa Tanzania na Afrika kwa ujumla, lazima muelewe kuwa Joram huyo amekufa. Aliyeko hai, mbele yako, ni Joram mpya. Joram ambaye hana kiu ya kushiriki kwa njia moja wala nyingine katika masuala yoyote ya nchi. Aliyeko mbele yake ni Joram wa mastarehe, Joram wa kutumia. Hata dada yangu Nuru hapa nadhani anaelewa."

Ndipo Kombora alipouona ugumu wa kazi iliyokuwa mbele yake. Kumshawishi Joram ilikuwa sawa na kulilazimisha jabali lielee juu ya maji. Akiwa mtu ambaye hakuzoea kuwabembeleza binadamu wengine, hasa wanaume, Kombora alisema kwa sauti ambayo ilificha hasira na unyonge: "Pengine unajua unachokifanya. Lakini nadhani hujui kiwango gani cha madhara yanayolikaribia taifa hili endapo tutashindwa kuukomesha uovu huu unaonyemelea. Niruhusu nikusimulie mambo ya kutisha ambayo hayajavifikia vyombo vya habari."

"Haitasaidia," Joram alimjibu. "Utaupoteza bure muda wako. Ninachohitaji kusikia ni habari za burudani tu.

Kama kuna burudani mpya ambayo sijaiona, kinywaji kipya ambacho sijakinywa au muziki mpya ambao sijausikia, nitafurahia endapo utamsimulia. Juu ya vifo vya marais na raia wenye hatia na wasio na hatia, si kazi yangu tena."

"Hata hivyo sauti yako haifanani kabisa na madai yako Joram. Kuna watu ambao silika yao ni kukesha katika mabaa na madansi; wewe si mmoja wao. Kuna wanaostarehe kusubiri maafa ya kusikitisha; wewe si mmoja wao Joram. Kuna wanaofurahia ladha ya pombe na utamu wa muziki zaidi ya kazi na ushujaa; wewe si mmoja wao vilevile."

"Zamani, Inspekta. Sasa hivi mimi ni mmoja wao na nitaendelea kuwa mmoja wao. Na kama huna maongezi mengine zaidi ya haya mzee nitashindwa kuendelea kukusikiliza," Joram alimaliza akitoa sigara yake na kuiwasha.

Kombora hakuona kama angeweza kufanya lipi kumshawishi Joram. Alimtazama Nuru kama aliyehitaji msaada wake. Akayaona macho yake mazuri yaliyojaa huzuni katika hali ya kukata tamaa. Hilo kiasi lilimfariji Kombora. Alifahamu kuwa anaye msaidizi ambaye angesaidia katika juhudi zake za kumrejesha Joram Kiango katika dunia ya Joram Kiango. Kombora akiwa si mgeni katika dunia hii alielewa kuwa mwanamke mzuri ni silaha. Hivyo akamtupia Nuru jicho la kumtaka aelewe kuwa anautegemea msaada wake. Kisha aliinuka na kuaga bila ya kumaliza kinywaji chake.

"Hukufanya vizuri, Joram," Nuru alimwambia.

"Mfuate mkafanye vizuri."

"Sivyo. Sikia..."

Nuru akavunjika moyo. Uchungu mkubwa ukamwingia rohoni. Alijilazimisha kuendelea kunywa pombe, lakini haikumwingia. Baada ya jitihada nyingi alimtaka Joram radhi, akaondoka kutangulia chumbani kwao.

"Samahani, naweza kuketi hapa?" alisema mtu mmoja akimsogelea Joram mara tu Nuru alipoondoka.

SURA YA TATU

Alikuwa mtu wa umri wa kati. Sura yake ilionyesha dalili zote za kutosheka, macho yakionyesha kila dalili ya kuelimika. Kiasi alionekana kama ambaye pombe ilianza kumshinda nguvu, japo alitembea kwa uhakika.

Joram alimtazama kwa makini kabla ya kumjibu, "Una haki ya kukaa popote. Nchi huru hii."

"Ahsante," alijibu mtu huyo huku akijibwatika kitini. Baada ya dakika mbili tatu za kunywa na kuvuta kwa utulivu alimgeukia Joram na kumwambia, "Samahani. Sina budi kulitoa dukuduku langu. Siku zote nimekuwa na hamu ya kuipata fursa hii ya kuketi nawe meza moja. Kama sikosei u Joram Kiango."

Joram alimtazama kwa makini mtu huyo. Alipochelewa kumjibu mgeni wake aliendelea.

"Tumekuwa tukikutana mara kwa mara katika majumba ya starehe. Kilichonifanya nikufahamu ni msichana huyo mzuri unayefuatana naye. Kwa kweli sina budi kukupa pongezi. Wazuri nimewaona wengi, wa aina yake sikupata kumwona. Ulimpataje yule dada Joram?"

Jambo moja lilikuwa limemvuta Joram katika kumsikiliza mtu huyu. Jambo la pili lilijitokeza. Sauti. Ilikuwa sauti ya kawaida, ikizungumza Kiswahili cha kawaida katika masikio ya watu wa kawaida. Lakini katika masikio ya Joram Kiango, Joram ambaye alikuwa sasa amekaa chonjo, sauti hiyo ilificha uhalisia fulani.

"Unadhani una haki gani ya kunifahamu, na kumfahamu msichana wangu hali mimi sikufahamu hata kidogo?" alimuuliza.

Kama ambaye aliritegemea jibu hilo mgeni huyo alijibu mara moja japo kwa kusitasita. "Mimi! Kwa jina naitwa Ismail Chonde. Ni mfanyabiashara wa siku nyingi. Nimezaliwa na kukulia hapa hapa ingawa siku hizi naishi Nairobi."

"Na umewezaje kunifahamu kwa urahisi kiasi hicho?"

"Nasoma vitabu, nasoma magazeti. Hakuna asiyekufahamu Joram."

Sauti iliendelea kuwa na walakini katika hisia za Joram.

"Inaelekea bado una maswali uliyotaka kuniuliza bwana Chonde. Nataka kumwahi huyo msichana unayemwita mzuri."

"Kweli. Inaonyesha aliondoka akiwa amechukia."

Joram alitabasamu. "Naona umeona mengi zaidi ya hilo." "Ndiyo. Nimeona na kusikia mengi. Kwa kweli endapo hutaniona mlevi nilichokusudia kuzungumzia ni yule mzee aliyekuacha muda uliopita. Namfahamu yule. Ana madaraka makubwa serikalini. Kama sikosei alikuwa akikushawishi utoe mchango wako katika kupeleleza matukio haya. Na niliona akiondoka bila furaha. Yaelekea umemkatalia. Hivi kweli umekataa katakata?"

Joram alimtazama kwa makini zaidi. "Sielewi maswali yako yanaelekea wapi," alisema baadaye.

"Inashangaza," Chonde aliongeza. "Joram ninayemfahamu mimi hawezi kuipoteza nafasi nzuri kama hii ya kuonyesha ushujaa wake. Afrika iko katika mashaka makubwa. Watu wanakufa ovyo. Majumba yanalipuka ovyo. Bara zima liko mashakani. Joram ninayemfahamu mimi angeitoa hata roho yake kujaribu kupambana na hali hii."

Joram aliipima sauti hiyo, akiilinganisha na uso wa msemaji. Ingawa aliongea kama mtu mwenye uchungu kwa nchi na bara lake bado hisia fulani zilimfanya Joram aone kitu kama kebehi katika macho yake. Kama kwamba alikuwa na hakika kuwa Joram na ujoram wake wote asingeweza kufanya lolote. Wazo hilo likamwongezea Joram hamu ya kuendelea kumsikiliza.

"Bado sijaelewa unalotaka kusema," alichochea.

"Sidhani kama wewe ni mzito wa kuelewa kiasi hicho."

Wakatazamana. Kila mmoja akimsoma mwenzake. Kisha Chonde aliangua kicheko kirefu ambacho kilimwacha Joram akitabasamu. Baada ya kicheko hicho aliongeza.

"Samahani endapo umeniona mhuni au mlevi. Sikuwa na nia mbaya zaidi ya kuzungumza nawe na kufahamiana. Kwa kheri." Aliinuka na kuondoka akielekea maliwatoni. Mwendo wake ulikuwa wa kilevi zaidi ya sauti yake.

Joram aliendelea kunywa taratibu. Alipomwona rafiki yake huyo mpya anayeitwa Chonde akitoka nje ya hoteli na kusikia mlio wa gari ukiondoka alienda mapokezi ambako alimsalimu tena msichana aliyekuwa hapo na kumwuliza kwa upole.

"Samahani dada. Hivi huyu bwana aliyetoka sasa hivi anakaa hoteli hii?"

"Yule, hakai hapa. Huwa anatokeatokea tu. Kila mara huja na msichana. Leo ndio kwanza nimemwona peke yake. Sijui wamekosana nini na msichana huyo. Maana huyu bwana anaonekana pesa si moja kati ya matatizo yake," msichana huyo alieleza.

"Pengine hawajakosana," Joram alimchokoza.

"Wamekosana. Bila hivyo asingenikonyeza mara mbili."

Joram alicheka. Maongezi yao yalikatizwa kidogo kwa simu ambayo msichana huyo alikuwa akijibu.

Alipotaka kuanza tena maongezi iliingia simu nyingine. Hii msichana huyo alionekana kuifurahia zaidi. Alizungumza kwa furaha huku akitabasamu. Baada ya kutoa chombo cha kuongelea alimgeukia Joram na kusema, "Unaona? Nimekwambia leo hana mtu. Ananiambia nikimaliza kazi nimkute hoteli ya *New Africa,* chumba namba 104."

"Ndipo anapokaa?"

"Bila shaka."

Baada ya maongezi hayo Joram aliirudia meza yake na kuendelea kunywa. Mawazo yake yalikuwa yakimfikiria mtu huyo Chonde. Hakuelewa nini hasa ilikuwa dhamira ya maongezi yake yote yale. Alishuku kuwa pengine alikusudia kupata undani wa Joram na uamuzi wake. Kwa nini? Zaidi Joram alishuku kuwa mtu huyo hawakukutana na kuzungumza kiajaliajali, bali alikuwa akimfuata yeye au Kombora kwa ajili hiyo. Juu ya yote, hayo, zile hisia za Joram katika sauti ya mtu huyo zilizidi kujiimarisha akilini mwake. Aliona kama ulikuwemo walakini fulani katika sauti ya Kiswahili chake ambao uliutia dosari Utanzania wake. Hayo na kile alichoona katika macho ya mtu huyo vilimtia Joram hamu ya kumfahamu vizuri mtu huyo.

Hivyo dakika tano baadaye alijikuta mitaani akielekea New Africa. Alipofika hapo alimwendea mfanyakazi wa mapokezi na kujitia akizungumza naye hili na lile huku macho yake yakiwa kazini kutazama endapo ufunguo wa chumba namba 104 ulikuwepo. Aliuona. Akauliza juu ya mtu wa chumba fulani ambacho aliuona ufunguo wake haupo.

"Yuko ndani. Ameingia sasa hivi."

"Ngoja nikamwone."

Badala ya kwenda chumba hicho Joram alipanda gorofani hadi chumba namba 104 ambacho kilikuwa kimefungwa. Kuacha kwake tabia ya kutembea na bastola hakukuwa kumemfanya aache kutembea na vifaa vyake vidogo vidogo kama funguo-malaya ambazo hazishindwi kuifungua kufuli yoyote ya kawaida. Hivyo kitasa hicho cha mlango wa Chonde kilimpotezea nusu dakika tu.

Chumbani humo Joram aliurudisha mlango na kuufunga kwa ndani. Kisha aliangaza huku na huko kwa makini. Kilikuwa chumba cha kawaida kama vilivyo vyumba vingine vyote vya hoteli. Hivyo Joram hakuwa na kazi ngumu zaidi ya kupekua magodoro na viti. Hakuona chochote. Ndipo alipoliendea kabati na kulifungua. Ndani ya kabati hilo mlikuwa na sanduku ambalo pia Joram alilifungua. Mlikuwa na pesa za kutosha pamoja na mavazi. Vitu hivyo havikumvutia Joram. Macho yake yalivutiwa na makaratasi mbalimbali ambayo aliyapekua kwa makini. Mengi yalikuwa makaratasi ya kawaida ambayo yalimwezesha kumfahamu mtu wake kuwa aliitwa Afith Chonde. Baada ya kupekua zaidi aliipata hati yake ya usafiri, Aliifunua haraka haraka huku akisoma mihuri mingi ambayo ilikuwa: imepigwa katika hati hiyo kuonyesha nchi ambazo Chonde alikuwa amezitembelea. Alikuwa anatembea sana. Mihuri ya Nairobi, Lagos, Lusaka, Harare, London, New York, Hong Kong, Tripoli n.k. ilikuwa ikionekana waziwazi. Hilo lilimfanya Joram azidi kuvutiwa na mtu huyo. Hakuonekana kama mfanyabiashara mkubwa kiasi hicho. Zaidi vipindi alivyokuwa akitumia mji hadi mji vilikuwa vifupi mno kiasi kwamba Joram alishuku kuwa hakuwa akifanya biashara za kawaida. Hivyo akaongeza umakini katika upekuzi wake.

Kama alivyotegemea Joram aligundua mifuko ya siri katika begi hilo. Mifuko ambayo maafisa wa forodha wasingeweza kuipata bila ya ujuzi maalum. Katika mifuko hiyo Joram alipata bastola moja aina ya *revolver*, maandishi mbalimbali ambayo alijaribu kuyasoma alipogundua kuwa hawezi kwani yaliandikwa kimafumbo mafumbo katika hali ya kijasusi kamili, pamoja na kijaluba kidogo cha chuma ambacho kilikuwa kimefungwa kwa ufunguo. Kijaluba hicho kilimvutia Joram zaidi. Alihisi kuwa kilikuwa kimeficha mengi zaidi ya yale ambayo alikuwa ameyaona. Hivyo alianza kuzijaribu funguo zake malaya. Ilimchukua dakika kadhaa kugundua kuwa asingeweza kamwe kukifungua kijisanduku hicho. Kilitengenezwa maalumu kupambana na hila zozote za kufunguliwa pasi ya utaalamu wa mwenyewe. Kiu ya Joram juu ya kumjua vyema mtu huyo ikazidi kuneemeka. Vipi awe na kisanduku kama hicho? Kilificha nini? Na maandishi haya ya siri yanasema nini? "Si bure, liko jambo," aliropoka.

"Ndiyo. Kuna jambo," sauti ilizungumza nyuma ya Joram. Akageuka hima na kukutana na uso wa Chonde ambao ulikuwa ukimtazama kwa kebehi. Alikuwa kaketi juu ya kochi. Alivyoingia chumbani humo kwa kimya kama jini na kuketi kwa utulivu kwa kipindi chote hicho ni jambo ambalo lilizidi kumwongezea Joram ushahidi kuwa alikuwa hachezi na binadamu wa kawaida. Akageuka na kumtazama Chonde huku akiruhusu moja ya zile tabasamu zake za kishujaa. Tabasamu ambalo lilifuatwa na sauti yake tulivu akisema.

"Tuseme nimefumaniwa."

"Umefumaniwa. Na una bahati mbaya kuwa umefumaniwa na kifo. Binadamu hanichezei mimi na akaendelea kuishi," Chonde alisema akianza kuinuka taratibu. "Ulijifanya umeacha maisha yako ya kuingilia mambo yasiyokuhusu. Kumbe ulikuwa ukijifurahisha kwa kujidanganya mwenyewe. Umekosea sana."

"Huwa nafurahi zaidi kuwaua watu wangu kwa mikono," alisema akizidi kusogea.

Mzaha haukuwemo katika macho na sauti ya Chonde. Kisha alionekana mtu anayejua anachokifanya. Jambo ambalo lilimfanya Joram asogeze mkono kuiendea ile bastola ambayo ilikuwa imelala kando yake. Kama alikuwa ameuhisi wepesi wa Chonde basi alikuwa hajauona. Mara tu mkono huo ulipoifikia bastola tayari mguu wa Chonde ulitua juu ya mkono huo. Wakati huo huo Joram alipokea ngumi mbili ambazo zilimfanya apepesuke na kuisahau bastola. Chonde hakuwa na roho mbaya kiasi hicho. Alimpa muda wa kujiandaa. Joram akavuta pumzi kwa nguvu na kuanza kumwendea Chonde. Alimshtua kwa mkono wa kulia, Chonde aliudaka na wakati huo huo kumkata Joram judo ya mgongo ambayo ilimfanya aanguke kifudifudi. Alipoinuka Chonde alikuwa akimsubiri huku akicheka.

"Wanasema Tanzania kuna mtu mmoja tu wa kujihadhari naye, ambaye anaitwa Joram Kiango. Niko naye chumbani, sioni Ujoram wake."

Maneno hayo yalimwuma Joram zaidi ya kipigo alichopokea. Akainuka ghafula na kumwendea Chonde akitumia mitindo yake yote ya kupigana. Vipigo kadhaa vilimpata Chonde. Lakini kwa jinsi vipigo hivyo vilivyopigwa kwa hasira havikuwa na madhara makubwa kwa Chonde. Dakika chache baadaye Joram alijikuta chali sakafuni kasalimu amri. Chonde akaendelea kutabasamu.

Sasa alimtazama Chonde kwa mshangao zaidi ya hasira. Ni mtu wa aina gani huyu anayeweza

kumwadhibu kama mwanawe? Bila shaka si mtu wa
kawaida. Amejifunza mengi kama anavyoonekana kujua
mengi. Pamoja na kwamba kipindi kirefu kilikuwa
kimepita bila ya Joram kufanya mazoezi ya viungo wala
akili, pamoja na kule kuzowea starehe za mahotelini na
ulevi mwingi, bado hakuona kama binadamu yeyote
angekuwa na haki au uwezo wa kumfanya apendavyo
kama Chonde alivyokuwa amemfanya.

Ile hamu iliyokuwa imelala usingizi ikaibuka upya
katika moyo wake. Hamu ya mapambano, vitisho,
maafa, damu, na mikasa, hamu ya kuwatia adabu
watu ambao wanapenda kuwafanya vibaya binadamu
wenzao. Chonde alionekana kama mmoja wao. Joram
akamtazama tena na kutabasamu kwa uchungu huku
akisema, "Haya, umeshinda. Kinachofuata?"

"Kifo chako," Chonde alimjibu kijeuri. "Siwapendi
vijana watundu kama wewe. Kufa huna budi."

"Kosa langu?"

"Unapenda kufa."

Joram alifikiri kwa makini lipi angefanya kuahirisha
hukumu hiyo ya kifo. Muda. Alihitaji muda ili
ikiwezekana itokee njia moja au nyingine ya kuyaokoa
maisha yake. Akaanzisha maongezi kwa sauti ambayo
aliifanya dhaifu kuliko ilivyokuwa akimwuliza Chonde
hili na lile. Chonde alikuwa mgumu wa kutoa habari
kama jabali. Kati ya maneno ya kashfa na matusi kwa
Joram, nchi na bara zima hakutamka neno lolote ambalo
lilimfanya Joram amjue yeye ni nani na anafanya nini
katika ulimwengu wa ujasusi. Alichoambulia ni zile hisia
tu kwamba Chonde hakuwa raia wa kawaida.

"Umeahirisha sana kifo chako," Chonde alisema
baadaye kama aliyekuwa akizisoma fikira za Joram.
"Sasa iliyobaki ni kazi ndogo ya kukutoa uhai.

Nitakuua kwa mkono wangu wa kushoto. Maiti yako itaokotwa kesho ikiwa imevunjikavunjika kama mtu aliyeanguka toka ghorofani. Kwa jinsi ulivyobadilika kitabia watu hawatashangaa kusikia kuwa umejirusha dirishani." Baada ya maneno hayo aliinuka na kumwendea tena Joram kwa utulivu kama awali, lakini macho yake yalitangaza kitu kimoja tu, kifo.

Joram alijiandaa. Akijua kuwa vita vilivyokuwa mbele yake vilikuwa vita vikubwa kuliko vyote alivyowahi kupambana navyo. Vita vya kuitetea roho yake. Akaikusanya akili yake yote na kumsubiri Chonde kishujaa.

Mara mlango ukagongwa.

Chonde aligutuka kwa mshangao kuutazama mlango huo. Joram hakuipoteza nafasi hiyo. Aliruka na kuufanya mguu wake utue katika shingo ya Chonde. Lilikuwa pigo ambalo Chonde hakulitegemea. Likamtia mweleka. Lakini pigo la pili alilitegemea, akaliepa na kuachia judo ambayo Joram aliikinga. Papo hapo mlango ukagongwa tena na kufunguka ukiruhusu sura ya msichana mzuri kuingia.

Alikuwa yule msichana wa mapokezi hoteli ya Embassy. Alitokwa na macho ya mshangao kuona miili yenye jasho, michubuko na damu, ya wanaume hao, ikiwa tayari kuvamiana. Wote walimtazama msichana huyo. Chonde akimlaani, Joram akishukuru. Akiwa kama hajui lipi la kufanya msichana huyo aliduwaa mlangoni, mdomo wazi.

"Karibu ndani. Tulikuwa tukifanya mazoezi ya viungo na huyu rafiki yangu," Chonde alimhimiza akivaa tabasamu ambalo lilificha kabisa mauaji yaliyokuwa katika uso huo dakika iliyopita. "Karibu ndani. Nawe ndugu yangu nenda zako sasa. Tutakutana siku nyingine."

Joram aliyarekebisha mavazi yake na kutoka chumbani humo taratibu. Hakuwa amesahau kumwachia msichana huyo tabasamu jingine la shukrani.

"Nadhani hakuna njia nyingine zaidi ya kumlazimisha," Kombora alikuwa akifoka katika kikao cha dharura kilichofanyika usiku huo. "Hawezi kuachwa aendelee kustarehe katika mabaa huku taifa na bara zima likiwa mashakani. Mchango wake unahitajika."

Kikao hicho kilikuwa kimehudhuriwa na viongozi wote wa ngazi za juu katika idara zote za usalama nchini. Kiliitishwa ghafla baada ya kuokotwa barua moja ya vitisho katika ofisi ya Waziri Mkuu. Barua ambayo iliandikwa kwa ufupi sana ikidai kuwa ajali za kimiujiza zingeendelea kuipata nchi ya Tanzania na zote zilizo mstari wa mbele, endapo serikali isingechukua hatua za haraka kukomesha msimamo wake wa kupinga utawala wa kibaguzi wa Afrika Kusini. Barua hiyo iliongeza kwamba safari hii moto ungeiteketeza hospitali ya Muhimbili, hoteli ya Kilimanjaro, jengo la Kitega Uchumi na baadaye Ikulu.

Aliyeiokota barua hiyo na kuisoma aliwaonyesha wakubwa wake ambao waliikabidhi kwa Waziri Mkuu. Yeye pia, baada ya kuisoma alienda Ikulu ambako alimpa Rais.

"Upuuzi ulioje huu. Hatutaacha kuwatetea ndugu zetu wanaoteswa bila makosa kwa ajili ya vitisho hivi. Havikuanza leo. Wala haviwezi kwisha leo. Tutapigana hadi mtu wetu wa mwisho katika kuilinda hadhi ya mtu mweusi katika bara letu hili." Pengine Rais alijibu hivyo akifoka kwa hasira.

"Barua hiyo wakabidhi watu wa usalama. Nadhani hawatakubali kuendelea kuchezewa kiasi hiki. Waambie kwamba hatutaki upuuzi wowote ulioandikwa katika waraka huu haramu utokee." Huenda Rais aliongeza hayo.

Hakuna aliyeshiriki katika maongezi yao ya faragha, isipokuwa hisia hizo zinakuja kwa jinsi Waziri Mkuu alivyomwita Inspekta Kombora katika ofisi yake na kumkabidhi barua hiyo. Baada ya Kombora kuisoma kwa makini Waziri Mkuu alimwambia:

"Ni barua ya hatari sana. Na imeandikwa na watu hatari. Watu wenye kichaa. Kufuatana na hali ilivyo hatuwezi kukubali kuwa watumwa au mateka wa makaburu kwa kuhofia ukatili wa vitisho vyao. Lazima tupambane nao ana kwa ana kama tunavyopambana nao katika uwanja wa mapambano. Tuliwashinda Msumbiji, Angola, na Zimbabwe. Kwa nini tusiwashinde Namibia na Afrika Kusini? Tutawashinda. Wao wanajua hivyo, ndiyo sababu inayowafanya wakimbie toka katika uwanja wa mapambano na kuja huku kupigana kiuoga.

"Kama tulivyoshuku kitambo, mikasa hii haikuwa ya kawaida. Kulikuwa na mkono wa mtu. Mkono ni wa mtu huyu ambaye ameandika barua hii na kuthubutu kuipenyeza katika ofisi yangu. Ingawa haijafahamika mbinu gani wanatumia kuweza kuanzisha mioto hii, nadhani hutashindwa kufanya juu chini ili ugundue na kukomesha kabisa ushenzi huu."

Kombora akijua uzito wa jukumu hilo ndipo aliporudi ofisini na kuitisha kikao hiki ambacho kilikuwa kikiendelea. Walikuwa wamejadiliana kwa mapana na marefu nini hasa kilikuwa kikitokea hata majumba yalipuke moto ilhali uchunguzi kamili ulionyesha kuwa haikuwepo kasoro yoyote ya umeme. Hawakupata jibu.

Walikuwa wamejaribu kuzijumuisha taarifa zote za upelelezi juu ya nani anaweza kuwa alihusika katika kusababisha mioto hiyo; bado hazikuwepo dalili zozote zenye matumaini. Wakapanga mipango mipya. Wakawaandaa wapelelezi na vyombo kadha wa kadha katika majumba yaliyotajwa. Wakawekwa watu katika mahoteli, viwanja vya ndege na vituo vyote vya usafiri kuchunguza nani anaingia, nani anatoka na ameleta nini. Zaidi ya yote hayo ndipo lilipotolewa tena pendekezo la kumshirikisha kila mtu mwenye uwezo wa kuchangia katika upelelezi. Hapo ndipo jina Joram lilipowatoka midomoni. Ikawashangaza wajumbe kusikia kuwa hata baada ya kuombwa na Kombora alikuwa amekataa katakata kushiriki katika kazi hiyo. Joram waliyemfahamu alikuwa hangoji kuombwa au kutumwa bali alijituma. Vipi Joram huyu?

Ndipo mzee Kombora alipoibuka na uamuzi wa kumshurutisha. "Lazima tumlazimishe. Alirudi kama ameacha upelelezi kwa ajili ya mwanamke, basi atarudia upelelezi kwa ajili ya mwanamke. Yote hayo niachieni mimi."

Baada ya kikao hicho alimchukua msaidizi wake mmoja na kumpeleka chemba.

"Sikia," akamweleza. "Nakutaka uwe msiri wangu wewe peke yako. Unaweza kutunza siri?"

"Bila shaka. Isipokuwa na wizi na mauaji tu,"

"Hii si ya mauaji wala wizi. Nataka unisaidie kumteka mtu nyara."

"Kuteka nyara? Hiyo mbona haiko mbali sana na wizi? Na kama sikosei ni hatari zaidi ya wizi."

"Ndiyo. Lakini mtu tunayemteka atafurahi sana. Bado ni msichana mzuri sana." Kombora alivuta pumzi kwa nguvu kisha akaongeza, "Nataka tumteke yule msichana wa Joram.

Hiyo ndiyo njia pekee ya kumlazimisha."

Baada ya kujadiliana kwa muda walielewana. Wakaandika barua ambayo ilikusudiwa iwe imetoka kwa mteka nyara akidai kuwa amemteka msichana huyo na angemuua endapo Joram angethubutu kujihusisha na upelelezi unaoendelea nchini dhidi ya maafa ya kutatanisha. Licha ya barua hiyo waliandaa damu ambayo ilipatikana kwa msaada wa daktari mmoja wa hospitali ya Ocean Road ili waidondoshe chumbani humo kuonyesha kuwa kulikuwa na mapambano ambayo yalisababisha damu kudondoka.

"Tunacheza mchezo mchafu sana. Mchezo wa aibu. Lakini hatuna budi," Kombora alisema baada ya matayarisho yote ya kwenda katika chumba cha Joram.

Uchunguzi ulikuwa umewapa fununu kuwa Joram Kiango alikuwa akiishi katika hoteli ya Embassy. Habari za mwisho usiku huo zilieleza kuwa Joram alipoachana na Kombora usiku huo alikuwa peke yake akinywa bia wakati msichana wake alipoondoka kwenda zake chumbani. Na kwamba baada ya muda mrefu Joram alionekana akitoka nje ambako hadi sasa alikuwa hajarudi. Kombora alitegemea kuwa muda huo ulitosha kumfikia msichana huyo, kumshawishi na akikataa, kumlazimisha kisha kuondoka naye kwa siri kabla Joram hajarudi. Walifanya hivyo.

Waliifikia hoteli na kukiendea chumba chake kwa siri kubwa. Mlango waliukuta ukiwa wazi. Wakaufungua na kuingia huku wakiufunga nyuma yao. Macho yao yalivutwa na dalili za vurugu katika chumba hicho. Vitu vilikuwa vimetupwa ovyo ovyo, matandiko yakiwa yamepinduliwa na masanduku kufunguliwa. Juu ya meza kulikuwa na karatasi yenye damu damu. Upande wa pili wa karatasi hiyo kulikuwa na maandishi ambayo ilikuwa barua ya wazi kwa Joram Kiango, barua ambayo haikutofautiana sana na ile ambayo Kombora aliandaa;

Ndugu Joram,

Tunayo furaha kukufahamisha kuwa tumemchukua msichana wako na tutakuwa naye hadi hapo tutakapomaliza shughuli zetu. Hii ni kwa ajili ya kukuonya usithubutu kujihusisha na mambo yoyote yanayoitokea nchi hii. Endapo utakuwa mtoto mtiifu kama ulivyo siku hizi, hatadhurika. Nawe utakuwa salama. Vinginevyo utakipokea kichwa chake kwa njia ya posta na kisha kitafuata kifo chako.

Amri.

Kombora alisoma tena barua hiyo, kisha akamgeukia msaidizi wake na kumnong'oneza "tumechelewa sana. Wenzetu wametuwahi." Akampa barua hiyo ili aisome.

"Sasa tutafanya nini?" aliuliza askari huyo baada ya kuisoma.

"Rudisha kila kitu kama kilivyokuwa. Fanya hima tuondoke haraka," alimhimiza akianza kusogea mlangoni.

"Nilidhani tumgemsubiri Joram?"

"Hakuna haja. Akirudi atajua la kufanya." Wakatoka na kuifuata njia ya kawaida. Wakiwa katika mavazi ya kiraia, watu wachache sana waliwatupia macho zaidi ya mara moja.

"Jambo moja la kupendeza ni kwamba," Kombora alikuwa akisema, "Wamemchokoza Joram. Hawamfahamu vizuri. Wataujutia uamuzi wao."

Joram alifika chumbani kwake dakika kadha wa kadha baadaye. Akiwa mchovu, jicho moja likiwa limevimba kwa pambano lake na Chonde, alipitiliza hadi bafuni ili ayaepuke maswali ya Nuru. Huko ndani alioga vizuri, akaisafisha damu yote na kunyoa kikamilifu; kisha alirudi chumbani ambako macho yake yalivutwa na vurugu lililokuwa limetokea.

Alitazama vitanda vyote na kutoiona dalili ya Nuru. Akaenda mezani ambako hakushangaa kukuta ujumbe ule ukiwa juu ya karatasi yenye damu damu. Akausoma kwa makini, akiuchunguza mwandiko huo ambao ulikorogwa katika hali ya kupoteza uhalisi wake. Akatikisa kichwa na kutokwa na tabasamu jembamba.

Usiku huo alilala huku kalisahau tabasamu hilo katika uso wake.

SURA YA NNE

Asubuhi hiyo, baada ya kuoga na kufungua kinywa Joram alichukua simu na kupiga namba mbili tatu akizungumza na rafiki zake wa zamani. Alipowapata aliwapa maelezo fulani fulani kwa lugha ambayo wangeweza kuielewa wao tu. Baada ya hapo alijitokeza mitaani na kuanza matembezi. Akiwa kavaa vizuri suti yake ya kijivu aina ya *three piece,* kofia ikiwa imezifunika nywele zake ili kuficha mchubuko uliokuwa upande wa kushoto na miwani myeusi ikilificha jicho lake ambalo lilikuwa halijatii dawa kikamilifu, alionekana kama alivyotaka, muungwana ambaye hana tatizo lolote mwilini wala akilini.

Msafara wake wa kwanza uliishia barabara ya Sokoine katika tawi la Benki ya Taifa ya Biashara *City Drive.* Aliingia ndani na kuomba kuonana na meneja. Akaelekezwa hadi katika chumba hicho ambamo alikaribishwa vizuri na afisa huyo ambaye uso wake ulimdhihirishia Joram kuwa hakuwa akiwajibika ili kuitikia wito bali kuwajibika kulikuwemo katika damu yake tangu alipozaliwa.

"Nikusaidie nini ndugu yangu?"

"Naitwa Joram Kiango. Ninayo akaunti hapa."

Nakufahamu sana, ingawa ni mara yangu ya kwanza kukuona ukija huku kwetu. Mara nyingi unaishia huko huko kwenye pesa." Baada ya kutabasamu kidogo kwa mzaha huo aliongeza haraka haraka, "umefuata mkopo?"

"Hapana mzee," Joram alimjibu. "Nikikopa nitashindwa kulipa. Ninachohitaji ni kutazama uwezekano wa kuweka mali yangu fulani ya thamani katika akaunti mnayoita *self-custody*. Ningependa unifahamishe utaratibu ulivyo."

Meneja alitikisa kichwa huku akisema,

"Hilo tu? Kwa nini wamekusumbua hadi huku? Utaratibu wake si mrefu sana. Ziko fomu maalumu ambazo utajaza. Baada ya hapo utakabidhiwa ufunguo wako mmoja, ufunguo wa pili utakuwa nao. Utakwenda huko chini na kuhifadhi mali yako hadi siku ambayo utapenda kuikagua au kuichukua. Malipo yake..."

Joram alimsikiza kwa makini, akitupa swali moja moja. Kisha alimwomba meneja akatazame hali ilivyo huko chini kabla hajajaza fomu zozote. Meneja akainuka na kushuka naye hadi shimoni. Walipita vyumba hivyo vya kuhifadhi nyaraka, baadhi vinahifadhiwa pesa na kimoja alielezwa kuwa kiliazimwa na Benki Kuu baada ya jengo lao kuharibika kwa moto. Baada ya kupewa picha kamili ya ulinzi na usalama wa hifadhi hiyo Joram aliaga na kuahidi kuwa angerudi baadaye kukamilisha shughuli hiyo.

Toka hapo Joram alipita hapa na pale akifanya hili na lile sigara baada ya sigara zikiteketea mdomoni, mwendo wake ukiwa wa utulivu kama mtu asiye na tatizo lolole ulimwenguni. Ungemwona kamwe usingemfikiria kama mtu ambaye usiku wa jana mpenzi wake alitekwa nyara bila shaka baada ya kuteswa sana.

Ni hali yake hiyo ya utulivu ambayo ilimshangaza Inspekta Kombora alipokutana naye katika mtaa wa Samora. Kombora alisimamisha gari lake na kumfuata Joram kando ya duka alipokuwa kasimama.

"Joram," alisema baada ya kumsalimu. "Nasikia yule msichana wako ametekwa nyara."

"Hata mimi nasikia hivyo," lilikuwa jibu la Joram.

"Mbona hufanyi lolote?"

"Nifanye nini? Barua imenionya nisithubutu kufanya lolote. Vinginevyo msichana wa watu atauawa. Unapenda afe Inspekta?"

Kombora alitikisa kichwa kwa mshangao. "Joram niliyemfahamu mimi alikuwa hapokei amri kwa watu kama hao. Hasa katika suala hili ambalo ni la uhai na kifo cha mtu na taifa zima. Mimi nilidhani wamekuchokoza. Nikategemea kuwa wangejutia uamuzi wao. Nilikosea?"

"Umekosea sana Inspekta. Joram unayezungumza naye sasa si yule wa awali. Usishangae Inspekta. Usiupoteze bure mshangao wako. Bado kuna mengi utakayosikia juu ya Joram huyu ambayo yatakushangaza zaidi," Joram alisema huku akitupa kipande kimoja cha sigara na kuwasha nyingine. Alipomwona Kombora kama mtu ambaye hajui la kufanya au asiyeyaamini masikio yake aliamua kuondoka zake polepole. Kombora alimsindikiza kwa macho yake yaliyojaa mshangao na huzuni.

Baada ya pita pita hii ya hapa na pale Joram alirejea chumbani kwake ambako alijipumzisha kwa muda. Wafanyakazi na baadhi ya wapangaji wenzake ambao walikuwa wamemzoea Nuru walimsumbua Joram kwa kutomwona.

"Anaumwa?"

"Hapana. Kapata safari ya ghafla."

"Bila kuaga?"

"Ilikuwa ghafla."

Aliujenga vyema uongo wake huo hadi ukafanana na ukweli. Jioni hiyo, baada ya kula, kuoga na kupiga simu nyingine alijitokeza mitaani na kuanza matembezi yake. Safari hii matembezi hayo yaliishia Ilala nyumbani kwake. Alielekea chooni ambako alifunua mahala fulani pa siri ukutani na kutoa kijisanduku alichokuwa kakificha hapo.

Alishangaa kukuta kikiwa kitupu bila ya bastola na risasi zake ambazo alikuwa ameziweka huko. Hifadhi hii ilikuwa siri yake binafsi. Mtu pekee ambaye alikuwa anafahamu siri hiyo ni Neema Idd ambaye sasa ni marehemu. Mtu mwingine ambaye angeweza kufahamu ni Nuru. Uko usiku mmoja, kati ya zile chache ambazo waliwahi kulala katika nyumba hii, alimtoroka Nuru akidhani yuko usingizini, akaja hapa na kuisafisha bastola hii. Pengine Nuru aliwahi kumchungulia. Lakini Nuru huyo sasa yuko mikononi mwa wateka nyara. "Nani mwingine aliyeijua siri hii?" alijiuliza kwa hasira.

Hasira ambazo zilimfanya alitupe kasha hilo na kutoka nje baada ya kuifunga milango yote kwa ukamilifu. Msafara huu uliishia katika hoteli ya *Embassy*. Akaagiza vinywaji na kuanza kunywa. Baada ya bia mbili alienda kaunta kuzungumza na yule msichana wa mapokezi.

"Shem, za kutwa."

"Nzuri sana shemeji," msichana huyo alizungumza kwa furaha huku akimtazama Joram kwa mshangao. "Pole sana shemeji," aliongeza.

"Kwa?"

"Ule mchezo wa jana. Unajua mimi mpaka sasa siamini kama mlikuwa mnacheza tu. Nilidhani mlikuwa mmepigana. Yule bwana kashikilia kuwa ni mchezo tu."

"Ulikuwa mchezo. Mazoezi ya viungo. Wazungu huuita *rehearsal*."

"Mpaka mtoane damu?"

Hakujua Joram alivyoisherehekea habari hiyo. Alitupa maneno mengine mawili, matatu, kisha akairudia meza yake. Akaendelea kunywa na kuvuta. Japo alionekana katika hali ya utulivu, macho yake yalikuwa makini, yakimtazama kila anayeingia na kutoka. Aliwaona wengi. Na kati yao alikuwemo yule ambaye alihitaji kumwona.

Alikuwa rafiki au adui yake Chonde. Aliingia na kuifuata meza ambayo haikuwa na mtu, akaketi. Mara tu Joram alipomwona aliinuka na kwenda kupiga simu ambayo alizungumza maneno machache sana. Kisha alikirudia kiti chake na kumwita mhudumu ambaye aliombwa kuleta bia nne. Mhudumu huyo alipozifikisha chupa hizo Joram alimwelekeza azipeleke kwa Chonde. Kisha alitulia akimtazama Chonde alivyokuwa akibishana na mtumishi huyo kwa zawadi hiyo ambayo hakujua ilikotoka hadi alipoelekezwa na kumwona Joram. Akazipokea na kuanza kunywa. Lakini baada ya dakika kumi, meza ya Joram ilikuwa imefurika kwa chupa kumi zilizoletwa na mtumishi yule yule kwa niaba ya Chonde. Walitazamana kwa muda. Baada ya muda Chonde alihamia meza ya Joram.

"Za tangu jana?"

"Si mbaya."

Wakaendelea kunywa kwa muda, kila mmoja akimsoma mwenzake. Kisha Chonde alitokwa na kicheko chembamba. Joram aliungana nayc kwa tabasamu kidogo.

"Pole sana."

"Kwa?"

"Yale ya jana."

"Lilikuwa zoezi tu. Usijali."

Kikafuata kimya kingine. Kimya ambacho Joram alikivunja kwa kuanzisha maongezi ambayo Chonde alizungumza kwa uangalifu akiepuka lolote ambalo Joram alihitaji kufahamu juu yake. Pamoja na Joram kuzungumza kwa ujanja na hila za kila aina bado Chonde alimfanya ajione mtoto sana katika dunia ya upelelezi na mzembe kwa elimu ya saikolojia. Ni hapo alipozidi kuamini kuwa Chonde hakuwa mtu wa kawaida.

Na kama alikuwa jasusi bado hakuwa jasusi wa kawaida. Alikuwa zaidi. Jambo ambalo liliongeza hasira za Joram dhidi ya mtu huyo. Vipi amshinde katika mapambano ya mwili na amshinde tena katika mapambano ya kiakili? Hata hivyo Joram hakujali sana, akijua kuwa dakika hii ambayo anaipoteza na Chonde yuko mtu, mahala fulani ambaye anaifanya kazi ile ambayo yeye alishindwa kuifanya jana. Kazi ya kufungua kile kijaluba cha Chonde na kuona kimehifadhi nini hata kilindwe kwa kiwango kama kile. Hivyo akaamua, kumruhusu Chonde aendelee kumlaghai na kumdhihaki.

"Mwanamapinduzi aliyekata tamaa," Chonde alikuwa akisema.

"Aibu ilioje kukata tamaa hali nchi yako iko mashakani? Si ungejaribu kutoa mchango wako?" Joram hakumjibu.

Kisha kama aliyekumbuka jambo Chonde alisema ghafula.

"Nasikia msichana wako ametekwa nyara."

"Umesikia wapi?"

"Kwani ulidhani siri?"

Hilo lilimshtua Joram. Alishangaa kuona mtu huyo alivyo mwepesi wa kupata habari. Baada ya kuisoma barua ile Joram hakuwa ameipeleka polisi wala kuchukua hatua zozote zaidi ya kutabasamu tu. Lililomfanya asifanye lolote hasa ni kule kuwa kwake na hakika kuwa barua ile alikuwa kaielewa zaidi ya mwandishi wake alivyotaka aielewe. Bila shaka mtu huyu alikuwa amezidokoa habari hizo kwa polisi. Jambo ambalo lilimfanya azidi kumfanya Joram kuamini kuwa hakuwa mtu mwenye mkono mrefu tu bali alikuwa na masikio mapana.

Yeyote ambaye aliketi kando akiwatazama watu hawa wawili wakiongea angeamini kuwa ni kikao cha marafiki wa siku nyingi. Asingeamini kuwa yalikuwa kama maongezi baina ya chatu na mbwa, au baina ya malaika Gabriel na Ibilisi.

Yule msichana wa mapokezi alikuwa mmoja kati ya watu walioamini hivyo. Alikuwa amewatazama kwa muda mrefu na kushuhudia wanavyocheka na kutabasamu akayasahau mashaka yote aliyokuwa nayo juu ya urafiki wao na kuamini kuwa pambano lao la jana lilikuwa zoezi la viungo. Hivyo alizama katika shughuli zake na kuwatupia jicho mara moja moja.

Chonde alikuwa akifunua mdomo kuongea kitu wakati saa yake ilipotoa mlio ambao haukuwa wa kawaida. Ulikuwa mlio wa sauti nyembamba sana, ulimfikia Joram kwa taabu sana. Chonde aliitazama saa hiyo kwa utulivu, kisha alimtazama Joram kwa makini zaidi. Dakika mbili baadaye aliendelea kunywa kwa utulivu. Dakika ya tatu aliinuka na kuaga kuwa anaelekea msalani. Joram alisubiri dakika tano, kisha akamfuata. Hakumkuta. Akafahamu kuwa mlio katika saa ya Chonde ulikuwa ishara ambayo ilimkumbusha kitu fulani. Jambo ambalo lilimfanya Joram kuhofia mtu wake ambaye wakati huu alikuwa katika chumba cha Chonde. Hivyo Joram aliendea kibanda cha simu na kuzungusha namba za chumba hicho. Haikupokelewa. Toka kwenye simu Joram alitoka nje ya hoteli na kukodi gari ambalo lilimpeleka *New Africa*. Akajipenyeza kwa hila hadi gorofani, mbele ya chumba hicho. Akatega sikio na kusikiliza kwa makini. Chumba kilikuwa kimya kabisa. Ukimya huo ulimtisha sana Joram. Aliyaamini sana masikio yake. Na kwa vyovyote alitegemea kuwa na mtu chumbani humo. Akasikiliza kwa makini zaidi. Bado hakusikia chochote. Akaufungua mlango taratibu na kuchungulia.

Macho yake yalivutiwa na mtu aliyelala chali juu ya sakafu utumbo wake ukiwa nje. Macho yake yakidhihirisha kuwa roho ya mtu huyo pia ilikuwa nje. Kabla Joram hajajua kuwa ilimpasa kuingia chumbani humo au la, sauti nzito aliyoifahamu sana ilimhimiza ikisema.

"Usiogope. Karibu ndani."

Msemaji alikuwa kajificha nyuma ya mlango, bastola kubwa ikiwa mkononi mwake ikimtazama Joram kwa uchu.

"Ingia na ufunge mlango. Nadhani hutapenda kufia hapo mlangoni kama paka. Njoo ndani ufe kistaarabu kidogo."

Joram akaingia. Hakujishughulisha kumtazama Chonde aliyesimama nyuma ya mlango na bastola yake. Badala yake alimtazama marehemu na kushuhudia alivyouawa kinyama. Tumbo lake lilikuwa limebomoka kwa kitu ambacho hakikuwa risasi wala kisu. Bila ya shaka ulikuwa mlipuko wa bomu. Kifo hicho kilimsikitisha sana Joram. Huzuni ikamshika. Kwa huzuni hiyo alimgeukia Chonde na kutoka kwa hasira akisema, "Shetani mkubwa. Kwa nini umemwua mtu huyu asiye na hatia?"

"Ni wewe uliyemwua," Chonde alimjibu.

"Mimi! Nimemwua vipi?"

"Usijifanye hufahamu. Bila shaka ni wewe uliyemtuma ili kuifanya ile kazi ambayo mwenyewe ilikushinda. Kazi ya kujua katika kisanduku hicho mna nini. Nami nikifahamu kuwa pamoja na kukuadhibu kama nilivyokuadhibu usiku wa jana usingekata tamaa ndipo niliamua kutega bomu dogo kando ya kisanduku hicho. Wakati huo huo mtu yeyote anayekigusa saa yangu inaniashiria. Hivyo tulipokuwa tukinywa hapo hotelini nilishangaa kuona dalili za mtu. Nikafahamu kuwa mtu asiye na hatia anakufa. Nimemkuta keshakata roho." Akageuka kumtazama marehemu kwa muda, kisha aliyarejesha macho katika uso wa Joram na kusema, "Ni wewe uliyestahili kuwa chali, utumbo nje, badala ya mtu huyo Joram."

Joram asingeweza kukanusha. Ilimsikitisha sana kifo cha kijana huyo. Alikuwa mmoja kati ya vijana wake *smart* ambao huwatumia kwa hili na lile. Kijana ambaye alikuwa amemsaidia sana katika harakati zake zilizopita. Hakupata kushindwa hata mara moja isipokuwa leo ambapo ameyapoteza maisha yake. Joram akajilaumu kumtuma katika jukumu hilo. Hamu yake ilikuwa ni ya kumshinda na kutawanya ubongo wake sakafuni...

Kama aliyekuwa akiyasoma mawazo yake vilevile Chonde aliongeza kwa sauti nzito, "Hata mimi sikufahamu kama wewe ni mtu hatari sana Joram. Unastahili kufa mara moja."

Maisha yakiwa ukingoni Joram alijua kuwa alihitaji kuikusanya akili yake yote ili ajiokoe. Hakujua angefanya nini. Walikuwa na bastola moja tu, na ilikuwa katika mikono ya Chonde. Kuipata bastola hiyo ilikuwa ndoto nzuri ya mchana. Chonde alikuwa macho kama kipepeo. Na bado uwezo wake wa kuitumia mikono yake Joram asingeumudu. Hata hivyo, alitegemea kitu kimoja tu kimsaidie kutafuta muda wa kuokoa maisha yake. Muda. Muda waweza kufanya maajabu. Hata asipookoka, si inapendeza endapo ataufaidi uhai wa dakika chache zaidi?

"Najua ninakufa," alisema. "Nadhani unafahamu vizuri kuwa nakufa kwa ajili ya tamaa ya kutaka kujua siri uliyoificha katika kijisanduku hicho. Nifanyie basi wema wa mwisho. Nifungulie kisanduku hicho nife nikijua mna nini."

Chonde alicheka. "Tatizo lako Joram ni kule kufikiria kuwa unacheza na mtoto mdogo. Unachojaribu kufanya ni kuvuta muda. Wakati huo huo unathubutu kuendelea na upelelezi wako ili endapo lolote litatokea — kitu ambacho siamini — utoroke na kuitoa siri hiyo nje. Kwa taarifa yako siri iliyoko katika kisanduku hicho ni nzito kuliko bara zima la Afrika. Kwa maneno mengine ni siri ambayo dunia nzima inapigania kujua. Kwa bahati mbaya watu tunaoifahamu siri hiyo ni wachache sana. Na tumeshonana midomo. Hata maiti siwezi kuisimulia siri hiyo. Nadhani hilo linakutosha. Sasa jiandae kufa. Ungependelea risasi ya kichwa au kifua?"

Joram alimtazama usoni na kuliona tabasamu la kifedhuli katika macho yake. Tabasamu ambalo halikuwa na mzaha. Akajaribu kuicheza tena karata yake ya mwisho.

"Jana ulinishinda kwa judo. Vipi ukiniua kwa mikono? Nadhani ni aibu na dalili za uoga kutumia risasi pasipo na umuhimu."

Chonde alicheka tena. "Ningependa kukuua kwa mikono mitupu. Hata hivyo sina muda wa kutosha. Umebakiwa na nusu dakika ya kuishi. Utapenda kufa ukiwa umefumba macho au nikuue ukinitazama?" Sasa mzaha ulikuwa mbali na sauti ya Chonde. Mauaji yalikuwa wazi katika macho yake. Joram akajua kuwa maisha yake yamefikia ukingoni. Akiwa ameshuhudia vifo vingi vya risasi alitabasamu kimoyomoyo kuwa hatimaye zamu yake imefika.

Hata hivyo bado aliyapenda maisha. Bado alipenda dunia. Na alikuwa akiiacha moja kwa moja. Hivyo badala ya kuyafumba macho yake aliyafumbua kwa nguvu na kuyakaza usoni. Hiyo pia aliifanya kuwa karata yake ya mwisho. Kwani kuua si mchezo. Hasa kumwua kiumbe asiye na uwezo wa kujitetea.

Ilimsaidia. Nusu ya dakika ilipita Chonde kaielekeza bastola katika kifua cha Joram, kidole chake kikigusa kiwambo cha kufyatulia risasi, lakini alisita kuifyatua. Mara mlipuko wa bastola ukasikika. Joram alijirusha kando na kutua chini ambapo aliruka tena hadi upande wa pili wa kitanda. Risasi mbili tatu zaidi zikasikika, kama zinazopigwa bila shabaha yoyote. Kisha kimya kikafuata. Kimya ambacho kilitoweka kwa mkoromo wa mtu aliyekuwa akikata roho. Ndipo Joram alipojiinua na kuchungulia. Ikamshangaza kumwona Chonde kalala chini kifudifudi, damu ikimvuja katika tundu kubwa la risasi katika uso wake. Joram alichupa na kuirukia bastola iliyokuwa mikononi mwa Chonde. Akajicheka kwa kuona akiipokonya kutoka katika mikono ya marehemu aliyekata roho kitambo. Akaikimbilia *suit case* ya Chonde pamoja na kile kisanduku. Akavichukua na kuanza kutoka.

Mara mlango ulifunguka ukifuatwa na bastola ambayo ilichungulia kwa uangalifu, ikaingia ikifuatwa na binadamu ambaye aliufunika uso wake kwa kofia kubwa na miwani. Alikuwa kavaa suruali na koti la kiume katika hali ambayo ingemfanya mtu yeyote amfikirie kuwa pande la mwanamume. Lakini Joram alimfahamu mara moja. Akaiteremsha bastola yake ambayo aliishika na kumkimbilia huku akisema kwa furaha: "Nuru! Nawezaje kukushukuru Nuru?"

Walikumbatiana na kubusiana kwa furaha.

Kisha walitengana mara moja na kutazamana. "Umewezaje kunifahamu mara moja kwa urahisi kiasi hiki? Tangu nimetoweka watu wanashindwa kunifahamu."

"Nadhani nakufahamu zaidi ya wanawake wote. Zaidi ya hayo nani mwingine ambaye anaweza kuhatarisha maisha yake kuipenyeza risasi katika tundu la ufunguo ili kumwua mtu ambaye alikuwa tayari kuniangamiza? Kwa kweli sijui namna ya kukushukuru Nuru."

Wakakumbatiana tena.

"Nuru! Niliwahi kukuambia kuwa u mzuri? Niliwahi kukuambia kuwa hawakukosea waliposema kuwa wewe ni binadamu aliyekuja duniani kwa makosa badala ya kuwa malaika kama uliyokusudiwa? Nadhani walikosea Nuru. Wewe ni malaika. Tazama ulivyo mzuri! Tazama ulivyotokea na kuipokonya roho yangu toka katika kinywa cha mauti. Nuru, nawezaje kukushukuru Nuru?"

Hayo yalipita katika kichwa cha Joram wakiwa wamekumbatiana. Joram alitamani kuyatamka kwa sauti, lakini hakufanya hivyo. "Nakupenda", alisema badala yake.

Ilikuwa mara ya kwanza kwa Nuru kumsikia Joram akilitamka neno hilo. Mara kwa mara alimtesa kwa kutojua kama kweli Joram alikuwa akimpenda au la. Ingawa walikuwa wakifanya mapenzi, bado Joram hakuwahi kulitamka neno hilo kwa sauti ambayo ililipa uzito kama huo. Kadhalika macho yake hayakufichua mapenzi yake kwa hali yoyote. Hivyo ilikuwa kwake zaidi ya habari njema. Hata hivyo bado alikuwa na la kusema.

"Sikuamini Joram," alimnong'oneza. Pamoja na kutoweka kwangu nikiwa nimetekwa nyara hukujishughulisha kunitafuta. Walao kutoa taarifa kwa polisi."

Joram akaangua kicheko. "Usinichekeshe Nuru. Waweza kuwa ulifanikiwa kuwalaghai watu wote pamoja na polisi, lakini mimi hukunidanganya. Nilijua kuwa ilikuwa hila uliyoiandaa tu ili kunishawishi kuingia katika vita. Mwandiko wa barua ile pamoja na kuuvurugavuruga, kwa mtu aliyesomea miandiko kama mimi, nilifahamu kuwa ni wako. Vilevile ile damu iliyodondoka pale haikuwa na uzito wowote. Nilijua umejikata kidole makusudi. Na ile vurugu iliyofanyika chumbani haikuwa na umuhimu. Kwa vyovyote majasusi hatari kama hawa wasingefanya mchezo usio na umuhimu kama ule. Hivyo nilikuwa nikisubiri nikitegemea utokee tuendelee na starehe zetu."

"Starehe?" Nuru aliuliza kwa mshangao. Alikuwa ameshangaa kuona Joram alivyoigundua hila yake kwa urahisi. Ilimshangaza zaidi alipodai starehe wakati walisimama kando ya maiti mbili ambazo hata zilikuwa hazijapoa kwa ajili yao. "Starehe Joram? Nilidhani tumeingia kazini."

Joram akatabasamu. "Sikia Nuru. Si tabia nzuri kuzungumza kando ya maiti za binadamu. Pamoja na kwamba bastola zilizotumiwa zilikuwa na viwambo vya kupoteza sauti bado mtu yeyote anaweza kutokea na kutukuta katika hali hii. Nasi hatuna muda wa kuyajibu maswali ya polisi. Twende zetu mara moja," alimaliza akiichukua mizigo yake na kuanza kutoka. "Nifuate. Twende kwa utulivu kama tutokao chumbani kwetu."

"Kumbuka tu wanaume wawili," Nuru alisema akitabasamu.

Waliteremka na kuiacha hoteli bila ya tatizo lolote. Watu wawili watatu waliokutana nao walikuwa wamewatazama kikawaida. Baada ya kuingia mitaani Nuru aliifichua bastola na kumpa Joram akisema, "Chukua bastola yako. Samahani kwa kuichukua bila idhini yako. Nadhani uliihitaji. Ningeweza kukupotezea maisha."

Tabasamu likamtoka Joram.

"Hata hivyo umeniokoa. Kama ningeingia nayo

Chonde angeniua kwanza na kunisimanga baadaye," Joram alimjibu. "Nimepata nyingine. Hii umeipataje?"

"Nilienda kwako kuichukua."

"Na umewezaje kunusa kuwa niko katika chumba kile nikisubiri kufa hata ukaja kuniokoa?"

"Ni rafiki yako aliyekuokoa. Hayati Edward ambaye kwa bahati mbaya mshenzi yule amemwua. Unajua nilipotoka hotelini kwa kisingizio cha kutekwa nyara nilienda kujificha kwake? Tulijadiliana naye namna ya kuurudisha moyo wako katika msimamo unaotakiwa. Mara ukampigia simu na kumpa maelezo ya kwenda kufungua kisanduku hicho. Aliponieleza maelezo yako na jinsi ulivyoponea chupuchupu mara ya kwanza ndipo nilijua kuwa umerudi kazini. Nilitaka nije kwako mara moja. Lakini yeye aliniomba nisifanye pupa. Akaniomba nifuatane naye katika hoteli na kujificha kando nikimlinda. Nilifanya hivyo. Mara nikaona mtu mwenye dalili za kikafiri akiingia chumbani humo, bastola mkononi; ingawa ilifichwa sana. Kabla sijafahamu la kufanya nilikuona wewe pia ukinyatia na kuingia. Ndipo nilipojivuta mlangoni na kuchungulia katika tundu la ufunguo. Nikamwona Chonde akiwa tayari kukuua. Sikuwa na la kufanya zaidi ya kumlenga na... na..."

Mara Nuru aliangua kilio. Akamgeukia Joram na kumkumbatia kwa nguvu akisema, "Nimeua mtu... Nimeua mtu, Joram..,"

"Watu huuawa," Joram alimnong'oneza. "Ebu jitahidi kuwa msichana shujaa kama ulivyo, Nuru. Usingemwua angeniua. Watu watakusikia. Twende zetu chumbani."

"Lakini nimeua, Joram... Nimeua..."

Ulikuwa usiku mfupi sana kwa Joram. Alikuwa na mengi ya kufanya ambayo hakuweza kuyatekeleza. Ilimchukua muda wa kutosha kumshawishi Nuru kwa vinywaji na mahaba ili asahau hofu yake ya kuua mtu. Baada ya usiku wa manane ndipo Nuru alipoacha kuweweseka na kupitiwa na usingizi mzito. Lakini alikuwa kamkumbatia Joram kwa nguvu. Ilimlazimu Joram kutumia hila fulani na kujitoa mikononi mwake na kumfanya akumbatie mto.

Akinyata kwa utulivu, Joram aliliendea sanduku la marehemu Chonde na kutazama uwezekano wa kulifungua. Isingekuwa kazi rahisi.

Ilihitaji utaalamu wa hali ya juu au risasi ya bastola. Joram hakuwa tayari kuitumia risasi kwa hofu ya kumwamsha Nuru. Na utaalamu si jambo ambalo lingepatikana kwa dakika moja. Hivyo aliliweka kando sanduku hilo na kuchukua mfuko wa Chonde ambao haukumchukua muda kuufunua mifuko yake ya siri ambamo alitoa nyaraka mbalimbali na kuzisoma kwa makini. Yale maandishi ya kijasusi ni jambo jingine ambalo lilihitaji muda na utulivu mkubwa ili kueleweka. Hivyo hakupoteza muda kujaribu kuyasoma. Badala yake aliichukua hati ya kusafiria ya Chonde, kile kijisanduku na nyaraka zote alizoona muhimu. Vitu vingine alivifungafunga katika mfuko na kuvificha mahala ambapo aliamini kuwa visingepatikana kwa urahisi.

Baada ya hapo alichukua begi lake na kutoa vitu vyote vilivyokuwemo. Alichukua kinyago fulani cha hoteli na kukifunga katika mfuko wa nailoni na kuutumbukiza katika begi lake. Akalinyanyua kupima uzito wake. Kisha aliliweka mezani, na kuacha balbu ambayo ilikuwa ikitoa nuru nyekundu iendelee kuwaka. Akaitupa taulo iliyokuwa kiunoni mwake na kujilaza kitandani kwa

utulivu akiutoa mto aliokuwa ameukumbatia Nuru na
kuichukua nafasi hiyo. Akainua mikono ya Nuru na
kuifanya itue kiunoni mwake. Akayafumba macho yake
na kujifanya kalala. Lakini asingeweza kulala. Alikuwa
akiyasubiri mapambano kwa hamu.

Joram hakujua kuwa alikuwa amepitiwa na usingizi
mzito. Alipoamka alikutana na macho mazuri ya Nuru
yakimtazama kwa utulivu.

"Za asubuhi, mpenzi."

"Nadhani si mbaya."

Nuru alitulia kidogo kabla ya kuongeza, "Nilikuwa
nikisubiri uamke ili tuzungumze mpenzi. Nadhani
haya yatakuwa maongezi yetu ya mwisho."

"Kwa vipi?"

"Unajua jana nimeua mtu? Wakati wowote polisi
watafika hapa na kunitia pingu. Endapo nitanusurika
kitanzi siwezi kuepuka kifungo cha maisha." Akasita
tena na kuongeza, "leo nimeota mpenzi. Nimeota
nikining'inia juu ya kitanzi. Wewe na watu wengine
mkiwa kando mkinicheka. Nilijaribu kukuita unisaidie
lakini sauti haikuweza kutoka."

Joram akacheka. "Nani aliyekwambia kuwa
utafungwa? Polisi wangemfahamu mtu uliyemuua bila
shaka ungepata medali ya dhahabu badala ya kukuvika
pingu. Licha ya hayo hawawezi kabisa kufahamu
nani alimuua. Unajua uliingia hotelini mle ukiwa
mwanamume? Ni mimi tu niliyeweza kukufahamu."
Joram akacheka tena. "Lakini yote hayo ya nini? Leo
tunaenda zetu Nairobi."

"Kufanya nini?"

"Kutumia."

Nuru akashikwa na mshangao. "Nilidhani umeingia
kazini Joram."

Joram alitabasamu kabla ya kumjibu akisema, "Kama mpelelezi mwenzangu maarufu anayeitwa willy Gamba alivyowahi kusema, kazi ni dawa. Mpelelezi ni binadamu vilevile. Lazima astarehe na kuburudika. Yawezekana tutaenda Nairobi tukiwa kazini. Sasa sikia Nuru. Nitafunga mizigo yetu yote na kukutaka ukanisubiri uwanja wa ndege. Hapana usiende *terminal II* nenda kanisubiri *terminal I* uwanja wa zamani. Nataka twende kwa ndege ya kukodi."

"Ndege ya kukodi!" Nuru hakustahimili kuuficha mshangao wake. "Kwa kweli suala zima linanitatanisha. Kwanza nadhani hatuna pesa za kutosha kutuweka hotelini kwa siku tatu zaidi."

"Nani aliyesema kuwa hatuna pesa?"

Saa mbili baadaye Joram alikuwa mtaa wa Sokoine akielekea benki ya *City Drive*. Mkononi alikuwa na mfuko wake mkubwa ambao ulionekana mzito. Alipoingia benki alimfuata meneja aliyeongea naye jana ambaye alimpokea katika hali ya kujuana. Baada ya salamu za kawaida Joram alipewa fomu alizotakiwa kujaza. Akajaza kwa makini na kuzirejesha kwa meneja ambaye alizipitia. Kisha alitakiwa kuonyesha mali yake aliyohitaji kuhifadhi kwa utaratibu wa *self-custody*. Akafungua begi lake na kutoa kinyago.

"Ni hicho tu?" meneja aliuliza. "Nilidhani una kidani cha almasi," akamjibu kwa sauti ya mzaha. Moyoni meneja huyo aliamini kabisa kuwa ndani ya kinyago hicho mlikuwa na kipande cha almasi au *tanzanite*. Kwani hakuona sababu nyingine ambayo ingemfanya Joram ajiingize katika gharama kubwa kwa ajili ya kinyago cha Mmakonde mmoja.

"Hiki kina thamani kama roho yangu," Joram alimjibu. "Ni kumbukumbu ambayo iliachwa na babu mzaa babu ambayo inalinda ukoo wetu. Niliwahi kudhani kwamba ni utamaduni wa kipuuzi nikakidharau, lakini yalinipata makubwa. Nusura nipoteze roho. Tangu nimekithamini na kuwa nacho, mambo yananiendea kama ninavyotaka."

Meneja huyo alielekea kumwamini. Wakainuka na kuelekea shimoni. Waliwapita wafanyakazi wanaotunza akaunti za watu, ambao hawakujishughulisha kuwatazama zaidi ya ule mtazamo wa kawaida. Wakateremka ngazi na kuingia vyumba vya chini. Ni hapo Joram alipomgusa meneja huyo bega na kumwambia.

"Sikia bwana meneja. Sihitaji kuhifadhi kinyago hiki wala kitu kingine. Nahitaji pesa. Za kigeni."

Sauti yake ikiwa ileile, makini, iliyotulia, ikamfanya meneja huyo kudhani kuwa huo ulikuwa utani mwingine wa Joram. Hivyo aligeuka akitabasamu. Lakini tabasamu lake liliyeyuka ghafula na nafasi yake kumezwa na hofu iliyochanganyika na mshangao mara alipokutana na bastola kubwa ikimchungulia kifuani.

"My God," aliropoka kwa hofu.

"Usiogope," Joram alimnong'onezea. "Endapo hutakuwa mbishi hutaumia. Kwanza pesa hizi si zako. Nifungulie nichukue kidogo na kuondoka zangu."

"Sina ufunguo," meneja alijibu. "Zaidi ya hayo, vitasa hivi hufunguliwa na watu wawili kwa pamoja. Sioni unavyoweza kuzichukua." Akavuta pumzi kwa nguvu kabla ya kuongeza, "Licha ya hayo ndugu Joram, nashindwa kuamini kama kweli unadiriki kukifanya kitendo hicho. Unajua wewe ni mtu mwenye hadhi kubwa hapa nchini na kote duniani. Kwa nini uichafue hadhi hiyo? Kama unataka pesa hata ungeiomba serikali ungepewa. Hakuna asiyeujua mchango wako katika kuilinda nchi hii."

''Yaelekea huufahamu ubahili wa serikali hii wewe,'' Joram alimcheka. "Sasa tusipoteze muda. Mimi ninazo funguo ambazo zinafungua kila kufuli. Sidhani kama kufuli zenu zitashindikana.

Nitakupa funguo hizo ujaribu mmoja baada ya mwingine. Nitakuwa nyuma yako nikikutazama. Ukifanya ujinga utapoteza maisha yako." Juhudi hizo hazikufua dafu. Ndipo alipoamua kufumua kitasa kwa risasi. Bastola ilikuwa na kiwambo cha kupoteza sauti, na kwa hivyo, ulitokea mlio wa kawaida tu.

Dakika iliyofuata walikuwa ndani ya chumba cha fedha za kigeni, Joram akiwa kamsimamia meneja ambaye aliamriwa kutoa kinyago na kupakia mabunda ya noti za *dollars, pounds* na nyinginezo. Mfuko uliposhiba Joram alimwamuru meneja huyo kuondoka. Aliuchukua mfuko na kumtaka atangulie.

"Tutatokea mlango wa uani na kwenda nje kupitia geti. Bastola itakuwa mfukoni lakini tayari kuvunja mgongo endapo utafanya ujanja au ujinga wowote. Tembea kama kawaida bila ya kugeuka nyuma."

Walitoka na kuelekea uani badala ya ofisini. Wafanyakazi wawili watatu waliwatazama kwa mshangao lakini tabasamu la Joram liliufanya mshangao wao utoweke. Tabasamu hilo hilo liliwafanya askari wa geti wasishuku lolote kumwona meneja wao katangulia kutokea katika mlango ambao huutumia kwa nadra sana.

Barabarani Joram alimtaka meneja huyo kuendelea na safari akiifuata barabara ya Samora bila kugeuka nyuma. Meneja huyo alitembea kwa dakika kadhaa. Aliipita benki ya nyumba na kuifikia barabara ya Samora. Hapo alisimama kungoja amri nyingine. Hakusikia. Akatulia kwa muda akiogopa kugeuka nyuma. Alipoona macho ya wapita njia yakianza kumtazama kwa maswali ndipo alipojitahidi kugeuka nyuma. Akajikuta akiwa peke yake. Hakujua Joram yuko wapi. Kwanza aliduwaa kwa muda. Kisha alirudiwa na fahamu akainuka na kuondoka mbio kurudi ofisini. "Tumeibiwa," alimwambia mfanyakazi wa kwanza aliyekutana naye. Akaingia ofisini kwake na kuvuta king'ora cha ishara. Dakika chache baadaye polisi waliwasili na kuanza kuuliza maswali yao.

Wakati huo Joram alikwisha badili mavazi yake na kuvaa yale ya kizee pamoja na ndevu za bandia zilizojumuishwa na miwani kumfanya aonekane mtu mwingine kabisa. Kadhalika alikwisha badili teksi mbili ambazo zilimteremsha sehemu mbalimbali. Hii ya tatu alikuwa amemwambia dereva "Airport, tafadhali. Fanya mwendo wa kuruka."

Dereva hakumwangusha.

Wakati polisi walipoanza kuweka vizuizi vya njiani, yeye alikuwa akimalizia kumlipa bwanafedha nauli ya ndege.

SURA YA TANO

Jiji la Nairobi lilimlaki Joram Kiango na Nuru kwa hewa yake yenye ubaridi ambao ulikuwa kinyume kabisa cha joto waliloliacha Dar es Salaam. Waliuacha uwanja wa Kimataifa wa Kenyatta kwa teksi ambayo iliwafikisha *Hilton Hotel*.

"Mr. and Mrs. Charles Morris," Joram alijitambulisha katika kitabu cha wageni.

Mhudumu wa mapokezi aliwatazama kwa muda akivutiwa na sura na maumbile yao. Kisha aliwapatia chumba kimoja *self-contained* kama walivyotaka. Alimwamuru kijana mmoja ambaye aliwaongoza hadi katika chumba chao ghorofa ya nane. Baada ya kuwafikisha aliwapa ratiba ya chakula, vinywaji na maelekezo mengine ambayo masikioni mwa wasikilizaji wake yalikuwa kama wimbo baada ya kuyasikia mara kwa mara. Walimkubalia yote na kumtupia maswali huku mara kwa mara wakimwonyesha meno kulijibu tabasamu lake ambalo halikuwa na mpaka. Kisha Joram alimfukuza kwa kumpa noti ya shilingi mia moja ambayo ilidakwa kwa heshima zote na kupotelea mfukoni.

"Wakati wowote, ukihitaji chochote usisite kuniita mzee. Naitwa James," alieleza akitoka.

"Bila shaka, James."

Mara tu walipobaki peke yao Nuru alimtupia Joram jicho lililojaa maswali. Alipoona Joram hatamki lolote aliamua kuzungumza.

"Nadhani una mengi ya kunieleza Joram. Kila nilipojaribu kukuuliza kisa cha safari yetu tulipokuwa angani hukupenda kunijibu."

"Sidhani kama kweli. Ulikuwa hupendi kuzungumza mbele ya yule rubani."

"Kwa nini? Kwani kuna siri yoyote?"

"Bila shaka. Ulipokuwa Uwanja wa ndege Dar es Salaam ulikuwa umejivika mavazi ya kizee tofauti na ulivyokuwa asubuhi. Ulipofika hapa jambo la kwanza ulilofanya lilikuwa kujibadili mavazi na kuwa kama ulivyo. Tulipofika hapa umelipa kwa fedha za kigeni bila shaka yoyote. Umezipata wapi? Na...."

"Alaa, hivi sikuambiwa? Kati ya pesa nyingi tulizozipata katika mfuko wa marehemu Chonde nyingi zilikuwa za kigeni," Joram alidakia. "Nadhani nilikuonyesha Nuru."

"Ulinionyesha. Na kwa nini umeamua kupanga kwa jina la bandia?" Nuru aliendelea kusaili. "Na hapo watakapoomba kuiona hati ya usafiri utawaonyesha nini?"

"Hilo lisikusumbue. Uongo sikuanza jana. Lakini sababu kubwa iliyonishawishi kuandika jina la bandia ni hofu ya kusumbuliwa na waandishi wa habari. Unawajua walivyo Nuru. Mara nyingi wanakuwa hawana kitu cha kuandika. Hivyo wanapopata kijambo watakikuza ili kijae ukurasa. Umaarufu wangu nchini Tanzania ni jambo ambalo waandishi wa Nairobi wanaweza kuliondolea uvivu kwa haki kabisa." Akasita na kucheka kidogo.

"Hapana Nuru," aliendelea. "Tumekuja kustarehe. Tunahitaji kustarehe. Nairobi ni mwanzo tu wa starehe zetu. Toka hapa, tutakwenda zetu London, Paris, Hong Kong, New York na popote ambako roho itatuita. Lazima tufurahi. Binadamu huishi mara moja tu. Hana budi kuitumia nafasi hiyo ili akifa awe amefaidi maisha."

Joram alikuwa akiongea kwa sauti imara, ingawa Nuru alihisi na kuamini kuwa hakuwa mkweli. Hata hivyo kwa kadiri alivyomfahamu alihisi kuwa Joram alikuwa na jambo. Jambo ambalo lilikuwa halijakamilika kichwani mwake na hakuona haja ya kuliongelea. La sivyo, ingewezekanaje Joram ashambuliwe na mtu, Nuru amwokoe kwa kumuua mtu huyo, waache maiti chumbani na kukodi ndege hadi huku, wapange kwenda zao bila sababu yoyote maalum? Hiyo si itakuwa hadithi? Bila shaka liko jambo.

Nuru alilingoja kwa hamu jambo hilo. Baada ya kuwa na Joram kwa muda mrefu, baada ya kukinaishwa na starehe, na baada ya risasi aliyofyatua yeye kuondoa roho ya mtu, roho ya Nuru ilikuwa juu juu ikitegemea jambo. Jambo jipya. Jambo ambalo litampa haki na wadhifa halisi wa kuwa na Joram Kiango kama alivyokuwa hayati Neema Idd. Alikuwa ameamua kuichukua nafasi ya Neema, katika mwili na akili ya Joram. Si kuichukua kwa kunywa pombe na kucheza muziki. Ni kuichukua kikazi. Na ni kazi hiyo ambayo aliisubiri kwa hamu.

Nuru alipomtazama Joram tena alimwona kazama katika mawazo mengi. Akamwacha na kuingia bafuni ambako alioga kwa utulivu. Alipotoka bafuni hakumwona Joram. Badala yake alipata kipande cha karatasi ambacho kilikuwa waraka, Joram akimtaka radhi kuwa amelazimika kwenda maktaba mara moja na kwamba angerudi baada ya muda fulani.

Upweke ulimfanya aamue kwenda chumba cha maongezi ambako alijipatia bia mbili huku akiitazama televisheni. Aliangalia vipindi kadhaa vya burudani na taarifa za habari.

Hakukuwa na mapya zaidi ya yale ambayo yameondokea kuwa ya kawaida masikioni na machoni mwa binadamu. Macho yalipokinai televisheni, aliligeukia chupa ambalo lilikuwa mbele yake. Mara akatanabahi ameketi na mtu ambaye alikuwa akizungumza.

"Nasema, samahani naweza kuketi nawe?"

"Bila samahani?"

Mtu huyo aliketi na kuanza kumwaga vinywaji na maongezi. Maongezi yake yaligeuka kumtaka Nuru. Alisema mengi, akidai kwa viapo kuwa hakupata kumwona msichana aliyeumbika kama Nuru. Kwamba alikuwa tayari kufa ili ampate. Mara mikono yake ikakosa utii. Ikaanza kutambaa juu ya mapaja ya Nuru. Ni hilo lililomwondoa hapo na kumrudisha chumbani kwao.

Joram alikuwa hajarudi. Saa kadhaa tayari zilikuwa zimepita. Akitahamaki, usiku ulikuwa umeingia. Alikula peke yake chumbani humo akiogopa kwenda chumba cha maakuli ambako kuna wanaume ambao hawakuzoea kukubali kuwa mwanamke angeweza kuwa pale peke yake. Uchovu ulimfanya ajilaze kitandani. Hakujua usingizi ulivyomchukua. Alipoamka alijikuta yuko mikononi mwa Joram.

"Samahani mpenzi," alinong'onezwa.

Hakujishughulisha kumjibu kwa maneno. Badala yake alilijibu busu la Joram kwa vitendo. Kisha usingizi ulimchukua tena. Alipoamka aliupeleka mkono kumkumbatia Joram akajikuta akigusa godoro tupu. Joram hakuwa kitandani. Alipofumbua macho, alimwona kainama mezani akisoma kwa makini. Akanyoosha mkono na kuichukua saa yake ndogo ya mkono kuitazama. Ilikuwa saa kumi na nusu za alfajiri. Hakuona sababu ya kumsumbua Joram. Akajifunika na kujaribu kulala.

Usingizi haukuafikiana naye. Asubuhi hiyo baada ya kuoga na kufungua kinywa Joram alimwomba Nuru kuwa angerudi tena maktaba. "Leo nitamaliza shughuli zangu. Baada ya hapo tutakuwa pamoja katika kila la heri na shari," alimweleza. Kisha alimpa kitita cha noti akimwambia, "Unajua tutakuwa na msafara mrefu?

Nataka uende huko ukiwa katika hali halisi ya kuvutia macho ya kila mwanamume. Kwa hiyo tafadhali leo pita pita madukani ununue kila vazi ambalo linastahili. Usijali bei. Kumbuka pesa tunazo."

Nuru alizipokea na kumuuliza, "Na wewe huhitaji nguo mpya?" "Nahitaji. Hata hivyo sina haraka. Wanaume huwa hawatazamwitazamwi kama wanawake."

"Najua unahitaji muda wa kuwa peke yako," Nuru alimwambia. "Endelea baba, siwezi kukuzuia."

Mara tu Nuru alipoondoka zake Joram aliingia kazini. Alifungua begi lake na kutoa nyaraka za Chonde ambazo alikuwa akitumia kila njia, kuzielewa. Akatoa kitabu ambacho alikuwa amekipata kwa taabu sana kinachoelezea mbinu mbalimbali za kusoma maandishi ya mafumbo.

Akaketi na kuanza kutumia kitabu hicho kuyasoma tena maandishi ya Chonde. Haikuwa kazi ndogo. Ilihitaji muda mrefu na utulivu mkubwa. Alichofanikiwa ni kupata *manual* ambayo ilieleza namna ya kukifungua kile kisanduku. Akakifungua bila taabu yoyote.

Ndani mlikuwa na vijigololi kumi na viwili. Joram aliinua kimoja na kukitazama kwa makini. Katikati ya kigololi hicho aliweza kuona vidude ambavyo vilikuwa vikichezacheza mfano wa saa za *electronic*. Alikitazama kigololi kwa makini akijaribu kutafuta umuhimu wake hakuupata. Chini ya vigololi hivyo Joram alipata ramani ambayo alipoikunjua alikuta kuwa ni ya jiji la Dar es Salaam. Ramani hiyo ilionyesha majengo maarufu kama Ikulu, vituo vya jeshi, mabenki, na kadhalika. Vitu vyote hivyo vilikuwa vimewekewa namba za kirumi kuanzia moja na kuendelea. Namba ya jengo la Benki Kuu iliyoungua ilikuwa imewekewa alama ya x kwa wino mwekundu.

Mara baada ya kuona hayo Joram alipatwa na wasiwasi mkubwa. Alihisi kuwa Chonde kwa namna moja au nyingine alihusika na moto ambao uliteketeza Benki Kuu. Hofu yake kubwa ilikuwa zile hisia kuwa alama zilizofuata ambazo zilikuwa hazijawekwa x kwa wino mwekundu zilikuwa katika orodha zikisubiri. Jambo ambalo lingeleta maafa na madhara makubwa kwa nchi na wananchi. Zaidi, lingekuwa ushindi mkubwa kwa maadui wa taifa. Hivyo, kwa mara nyingine, alifanya sherehe moyoni kushangilia kifo cha Chonde.

Kisha alilifunga sanduku hilo kikamilifu na kurudia meza ambayo aliinamia na kuanza kujifunza tena mbinu za kuyasoma maandishi hayo kwa makini zaidi.

Alikuwa hajatulia vizuri mlango ulipofunguka ghafula na Nuru kuingia huku macho yake yakiwa mekundu kwa mchanganyiko wa hasira na mshangao. Alisimama akitweta na kumtazama Joram kwa namna ya mtu ambaye hakujua la kusema.

"Usiniambie kuwa kuna mtu aliyekuvamia kwa nia ya kukunajisi mchana wote huu," Joram alimwambia kwa dhamira ya kumfariji.

"Acha mzaha Joram. Sikutegemea kama ungekuwa mtu wa kufanya kitendo kama kile," alijikongoja kutamka. "Kwa nini umefanya?"

"Kufanya nini? Kuiba."

"Kuiba?"

Nuru akamkazia jicho la hasira. "Usijifanye hufahamu. Dunia nzima sasa inafahamu. Kwa kweli sikutegemea kabisa. Imenishangaza kuona katika televisheni ukitangazwa kama mtu hatari ambaye ameweza kuiba pesa za kigeni ambazo nchi yake inazitegemea kama dawa." Akasita akimtazama kwa chuki ambayo ilichanganyika na mshangao, "Kwa nini ulifanya hivyo Joram?"

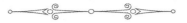

"Bado siamini kama amefanya hivyo," mtu mmoja alikuwa akifoka pia, akiwa kaketi katika kundi la watu wenye hasira na mshangao kama yeye. Mabega yao yalikuwa yakimeremeta kwa nyota ambazo zilipamba magwanda yao kudhihirisha madaraka yao.

"Amefanya, lakini siamini kama Joram ni mtu wa kutenda kitendo cha aibu kama hiki. Jambo la kusikitisha zaidi ni jinsi habari hii ilivyovuja kiasi cha kuyafikia masikio ya adui zetu. Leo nimesikia habari hizo zikitangazwa na Afrika ya Kusini," Kombora aliendelea kulalamika.

"Ujerumani pia imeshatangaza afande," aliongeza mtu moja.

"BBC vilevile," aliongeza mwingine.

"Unaona basi? Unaona habari mbaya inavyosafiri upesiupesi? Pamoja na kwamba Joram ametuasi kimsimamo tulikuwa na haki ya kumsetiri kwa sababu ya vitendo vyake vya nyuma. Sasa nadhani hatuna tunachoweza kufanya. Maji yamekwisha mwagika, hayazoleki. Lililopo ni kutafuta uwezekano wa kumpata na kurudisha pesa zote, hasa za kigeni."

"Hilo ndilo tatizo mzee," alijibu msaidizi wake mmoja.

"Taarifa za mwisho zinathibitisha kuwa hayupo kabisa hapa nchini. Kuna dalili kwamba ametorokea nchi jirani kwa ndege ya kukodi."

"Lazima, lazima apatikane," Kombora alisisitiza.

"Pesa alizochukua ni nyingi sana na zinahitajika sana.

Hana haki ya kuzifuja kwa starehe zake binafsi. Wasiliana na nchi jirani zote. Wasiliana na Interpol. Waarifu kuwa tunamhitaji Joram kwa hali na mali. Maadamu siri imekwisha fichuka hakuna haja ya siri tena."

Baada ya majadiliano marefu jalada hilo lilifunikwa na kuletwa jingine ambalo lilikuwa "zito" zaidi. Lilihusu mkasa au maafa ambayo yalikuwa yamelitukia taifa pamoja na lile tishio la maisha na majumba muhimu. Walipima juhudi zao zote wakilinganisha habari mbalimbali. Haikuwepo dalili yoyote ya kujenga matumaini.

Kisha wakavirudia vifo vya watu wawili katika chumba kimoja cha hoteli hapa jijini. Dalili zilionyesha kuwa marehemu walikuwa watu ambao hawafahamiani kabisa kwa mujibu wa watu waliomtambua Edward pamoja na wafanyakazi wa hoteli ambao hawakuwa na la kueleza juu ya Chonde. Pekua pekua yao katika chumba hicho haikuwapatia kitu chochote zaidi ya mavazi ambayo yalionyesha kuwa yameshonewa nchi za nje. Nyaraka walizohitaji, ambazo zingeweza kuwasaidia, hawakuzipata. Ilielekea vifo hivi vingeingia katika yale majalada ambayo kesi zake hazikuwahi kutatuliwa. Hivyo, baada ya kuzitazama tena picha za marehemu wote, zilirudishwa katika majalada na kufungiwa.

Kikao kikaendelea.

"Kwa nini umefanya hivyo Joram?" Nuru alikuwa akiendelea kufoka.

Joram, ambaye alionekana kimawazo yuko maili kadha wa kadha nje ya chumba hicho alimtazama Nuru kwa muda. Kisha ikawa kama amemkumbuka.

Tabasamu dogo likamtoka, likifuatwa na sauti nzito:

"Ilikuwa lazima nifanye vile. Iko siku utaelewa Nuru."

"Nitaelewa!" Nuru alifoka. Nitaelewa nini mwanamume mwenye heshima zake na hadhi yake duniani anapothubutu kuingia benki na kuiba pesa ambazo nchi na watu wake wote wanazitegemea? Siwezi kuelewa kabisa Joram. Ambacho naweza kuelewa ni wewe kuondoka sasa hivi na kwenda zako ofisi ya ubalozi wetu ukaombe radhi na kurudisha kila senti. Tafadhali fanya hivyo Joram."

Hilo lilisababisha kicheko kwa Joram. "Nina haki ya kula pesa za Tanzania kama wengi wao wanavyozila, Nuru. Huoni watu wenye mishahara ya shilingi elfu mbili wanavyojenga majumba ya mamilioni? Unadhani wanazipata wapi bila ya wizi? Tofauti yangu na wao ni kwamba mimi nimeiba kimachomacho, wao wanaiba kisirisiri. Mwizi ni mwizi tu." Akasita kidogo kabla ya kuendelea. "Acha tuzitumie Nuru. Acha tuzifaidi. Hii ni nafasi pekee katika maisha yetu ambayo hatutaisahau. Jisikie starehe..."

"Siamini kama maneno hayo yanatamkwa na Joram Kiango. Kwa nini umebadilika kiasi hicho Joram?"

Kabla Nuru hajapata jibu mlango uligongwa na kufunguka taratibu. James aliingia, uso wake ulionyesha kuwa alikuwa na habari ambayo si nzuri sana. Baada ya kubadilishana salamu za kawaida aliwataka radhi na kumchukua Joram chemba.

"Kaka, samahani. Unajua pamoja na kujiita kwako Charles Morris, ni watu wachache sana ambao waliuamini? Sura yako si ngeni kabisa hapa Kenya. Umetokea mara nyingi katika magazeti na televisheni. Wewe ni yule mpelelezi mashuhuri Joram Kiango. Sivyo kaka?"

Joram alipochelewa kumjibu, James aliendelea, "ziko habari mbaya zilizotokea katika vyombo vya habari. Inasemekana umetoroka kwenu ukiwa umechukua pesa nyingi za kigeni. Kwa jinsi ninavyokufahamu nashindwa kuamini kama ni kweli. Lakini hilo si muhimu sana kwa sasa. Nilichofuata ni kukufahamisha kwamba sasa hivi wapelelezi wa hoteli hii wamekaa kikao wakilijadili suala lako.

Waweza kutiwa msukosuko mkubwa. Kwa hiyo ningekushauri utafute mbinu yoyote ambayo itakufanya uokoe maisha yako. Nina ndugu yangu anayeishi Nyeri. Anaweza kukuficha kwa muda."

Joram alicheka na kumshukuru James. "Usijali rafiki yangu. Nitajua la kufanya. Kwa sasa niache nijipumzishe kidogo na kufikiria la kufanya." Baada ya hayo aliutia mkono wake mfukoni na kuutoa ukiwa umeshikilia noti kumi za mia mia ambazo zilidakwa na James kabla hazijamfikia. "Kajipatie bia mbili," alimwambia akigeuka na kurudi chumbani.

"Unaona Joram? Twende zetu ofisi ya ubalozi," Nuru alimdaka juu juu kwa maneno hayo.

"Kufanya nini?" Joram alizungumza kwa upole kama kawaida yake. "Tutakwenda zetu tunakotaka. Sasa hivi uwe binti mtulivu na ufanye kama ninavyokuambia tafadhali. Baada ya dakika chache tutakuwa zetu angani tukielekea katika mji mwingine wenye starehe kuliko huu."

"Haiwezekani Joram. Lazima ukaombe radhi na kurudisha pesa za watu," Nuru aliendelea kukanusha.

Alikuwa ameishi na Joram kwa muda mrefu. Lakini alikuwa hajapata kumwona Joram anavyokasirika. Leo hii aliziona hasira zake. Aliona nuru kali na tena baridi, ikijitokeza katika sauti yake ndogo, nzito, aliposema taratibu, "Haya. Nenda zako ofisi ya ubalozi. Chukua na pesa zetu uwapelekee."

Dakika mbili tatu baadaye mzee mmoja wa kiume, mwenye mvi na ndevu za kutosha alionekana akitoka katika hoteli hiyo. Alikuwa kafuatana na kijana wa kiume mwenye sura nzuri ambaye alikifunika kichwa chake kwa kofia pana na macho kwa miwani ya jua. Mikononi mwao walikuwa na mifuko yao. Wafanyakazi waliowatazama wakiondoka hawakuweza kukumbuka lini wageni hawa waliingia katika hoteli hii na iwapo walikuwa katika vyumba vipi. Waliwasindikiza kwa macho hadi walipotoka nje na kukodi teksi.

Kati ya wafanyakazi walioshuhudia wakiondoka ni James Kamau. Hata ndoto haikumjia kuwa alikuwa akiwatazama Joram Kiango na Nuru wakiondoka zao.

SURA YA SITA

Saa chache walikuwa angani tena, katika ndege ya Shirika la Ndege la Uingereza. Tiketi zao zilionyesha kuwa walikuwa wakienda zao London kupitia Cairo, Misri.

Habari za "Wizi wa Joram" zikiwa sasa zimetapakaa duniani kote, zikienezwa na kila chombo cha habari, haikuwa kazi ndogo kwao kuipata fursa hii ya kuiacha nchi ya Kenya. Polisi mitaani na katika vituo vyote vya usafiri walikuwa macho wakimtazama kila mtu ambaye alielekea kufanana na Joram. *Passport* na vitambulisho vyao vilitazamwa kwa makini zaidi, huku maswali mengi yakiulizwa. Hata hivyo, Joram na Nuru walifaulu kupenya vizingiti vyote huku wakicheka mioyoni, kwani askari hao hawakuwatazama kabisa kwa jinsi walivyojibadili kimavazi na kitabia kinyume kabisa cha matarajio ya askari. Nuru alikuwa ameuficha uzuri wake kwa kuiondoa ile hali ya uvulana aliyotoka nayo hotelini na kujivika nywele ambazo zilionekana nusu zingemezwa na mvi. Mavazi yake pia yalikuwa yale ambayo vijana wasingependa kuyatupia macho zaidi ya mara mbili. Jambo ambalo lilifanya wawe sawa na huyu mzee mkongwe ambaye alitembea kidhaifu, mfuko mgongoni na mkwaju mkononi. Mzee ambaye hakuwa mwingine zaidi ya Joram Kiango. Hali zao pia zilikuwa za wakazi halisi wa Nairobi. Hati zao za halali pamoja na picha zao zilifichwa vilivyo katika mifuko ya siri iliyokuwemo katika mfuko waliorithi kwa hayati Chonde.

Ndani ya ndege Joram alitulia akinywa bia aliyoletewa kwa utulivu, huku mara chache akimtupia Nuru maongezi mafupi mafupi. Baada ya muda ambao haukuwa mrefu alipitiwa na usingizi. Aliamka pindi ndege ilipokuwa ikitua katika uwanja wa ndege wa Cairo. Misukosuko ya abiria wanaoshuka na kuingia ilipopungua walizungumza na Nuru maongezi machache ambayo dhamira yake kubwa ilikuwa kuwafanya watazamike kama watu wa kawaida wasio na dosari yoyote machoni mwa wasafiri wengine.

Safari ilipoanza tena Joram alikiweka kiti chake katika hali ya kulala huku akimwacha Nuru akipekua kitabu chake kutafuta alipokuwa ameishia. Ikiwa safari ndefu, ya kuvuka bahari kubwa kama hii ya *Atlantic,* Joram alikusudia kuitumia vyema kufidia usingizi ambao hakuwa ameupata kikamilifu alipokuwa Nairobi. Na ndivyo ilivyomtukia. Hakupata nafasi kuyafumbua macho yake kuyatazama maji mengi yaliyotapakaa kote. Alipoamshwa na Nuru na kutazama dirishani, alishangaa kuona wakizunguka juu ya jiji la London kusubiri kutua.

"Imekuwa safari fupi kuliko nilivyoitegemea," alisema.

"Hata! Ilikuwa ndefu kama ilivyo," lilikuwa jibu la Nuru.

Taratibu, ndege ikashuka na kutua bila msukosuko wowote katika uwanja mashuhuri wa Heathrow. Pilikapilika za kuchukua mizigo na kutaka kutoka mapema za abiria zikaanza. Joram na Nuru wakiwa miongoni mwa abiria walioshuka mwisho, waliichukua mizigo yao na kupita katika ofisi za forodha na abiria wengine waliokuwa wakisubiri usafiri.

Dereva mmoja, msichana, wa shirika la usafiri la Avis and Hertz, aliwafuata na kuwashawishi kuingia katika gari yake. Akawapeleka mjini katika hoteli maarufu duniani ya Wilson Place ambapo walijipatia chumba maridadi.

Mapokezi yakiwa ya kistaarabu, huduma za kistaarabu, na wahudumu waliosomea ustaarabu, yote yaliwafanya waone kama walioko nyumbani badala ya ugenini. Jambo ambalo liliwafanya wasijali chochote juu ya malipo makubwa yanayodaiwa na hoteli hiyo.

Kuna Mzungu mmoja, mshairi, au mpenzi tu wa taifa lake ambaye aliwahi kusema: *"When a man is tired of London, he is tired of life for there is all that life can afford,"* kwamba binadamu anayekinaishwa na jiji la London basi amekinaishwa na maisha kwa ujumla kwani London inacho kila kitu ambacho maisha ya binadamu yanahitaji. Joram na Nuru wasingemwona mtu huyo kuwa mwongo sana. Pamoja na kwamba wote hawakuwa wageni sana wa jiji hili, macho yao yaliendelea kuvutwa na vitu mbalimbali siku yao ya pili walipoamua kuzunguka jijini.

Walikuwa wamekodi gari ambalo liliwatembeza kila mahala kufuata matakwa yao. Kwanza walipenda kuona mto ule maarufu unaougawa mji wa London, Thames. Waliyatazama maji yake yanayopita kwa utulivu pamoja na madaraja yake murua. Kisha walizunguka katika miji ya Kingstone, Bromley, Croyon na kwingineko wakiona mambo tofauti tofauti katika mitaa mashuhuri kama Oxford, Kingsway, Dean na Sheftebury. Usiku ulipoingia walienda katika jumba la Her Majesty kutazama michezo ya kuigiza.

"Kesho tutakwenda kutembea *Epping Forest,*" Joram alimnong'oneza Nuru walipokuwa wakirudi hotelini kwao."

"Ningependa kuingia *Richmond Park,*" Nuru alimjibu. "Nilipokuja kozi hapa miaka minne iliyopita nilikuwa nimedhamiria kuingia lakini sijui ilikuwaje nikashindwa, safari hii nisingependa kushindwa".

"Huwezi kushindwa. Tuna muda na pesa. Tutafanya kila kitu ambacho roho itatutuma kufanya. Nafasi kama hii hutokea mara chache sana katika miaka yote ya maisha ya binadamu."

Chumbani kwao waliuvua uzee na kuurudia ujana wao. Wakatazamana na kucheka kidogo. Kisha walikumbatiana na kuongozana kitandani. Muda mfupi baadaye Nuru alikuwa akikoroma taratibu, huku Joram akinyata kukiacha kitanda. Aliiendea mizigo yao na kuikagua kwa makini. Kila kitu kilikuwemo kama kilivyokuwa kimehifadhiwa. Akatoa kile kisanduku chenye vigololi na kuvitazama kwa makini. Kisha alivirudisha na kuchukua vitabu vyake ambavyo alikuwa akisoma au kufanya majaribio ya maandishi na mahesabu kwa makini na utulivu. Mara kwa mara alichana karatasi hii na kujaribu ile, mara akiacha kuandika na kuanza kusoma kwa makini, kisha akianza tena kuandika.

"Siwezi kukusaidia mpenzi?"

Sauti ilimzindua Joram kutoka katika lindi hilo la shughuli iliyokuwa mbele yake. Aligeuka na kumtazama Nuru ambaye alitulia nyuma yake uchi kama alivyozaliwa. Macho yake yakiyatazama mahesabu katika karatasi za Joram.

"Samahani kukuvuruga. Nimekuwa nyuma yako kwa zaidi ya saa nzima sasa. Nadhani hata hujui kuwa kumepambazuka".

Ndipo Joram alipotupa macho nje. Hakuamini. Nuru ya jua lililochomoza kitambo ilikuwa ikipenya dirishani kwa ukamilifu. "Samahani Nuru. Usingizi ulinipaa ndipo nikaja mezani kupoteza muda," alisema akianza kufunika karatasi zake.

"Kupoteza muda?" Nuru alimuuliza. "Nimekutazama kwa muda mrefu sana. Hata kuna nyakati ambazo ulikuwa ukisema peke yako. Najua una jambo ambalo linakusumbua. Jambo ambalo umeamua kuliweka siri rohoni mwako. Hutaki kunishirikisha. Huniamini hata kidogo. Sijui nifanye nini ili uniamini Joram".

Ndiyo. Afanye nini ili amwamini? Joram alijiuliza. Msichana huyu ambaye ameacha kila kitu hata kazi na nchi yake ili awe pamoja naye. Msichana ambaye kuwa naye kumemsaidia sana katika kujifariji na msiba wa Neema na aibu aliyoipata kwa kushindwa kumuua Proper. Msichana ambaye majuzi tu aliyaokoa maisha yake kwa kumuua mtu ambaye angemwangamiza bila huruma. Zaidi ni msichana mzuri wa sura na tabia. Msichana ambaye ni ndoto ya kila mwanamume...

"Sikia Nuru. Huwezi kukadiria kiasi gani nakuamini na kukutegemea. Ni vile tu sina lolote la haja ambalo naweza kukuambia kwa sasa..." alisema akimwendea na kumkumbatia.

Nuru alijitoa mkononi mwake na kusimama kando.

"Ndiyo huna la kuniambia. Sifai kuambiwa lolote. Kwako mimi ni mwanamke tu ninayefaa kwa mapenzi ya kimwili. Siwezi kuwa Neema ambaye alikuwa mwenzi wako kikazi ambaye kimwili hukuwahi kumgusa."

"Sivyo Nuru."

"Wala sifai lolote hata katika kukusaidia katika hesabu za fizikia unazopiga au kusoma maandishi hayo na kuyalinganisha na hayo ya kijasusi kama unavyofanya. Sifai hata kwenda maktaba kukusaidia kupekua walao kitabu unachohitaji".

"Nuru!" Joram alifoka kwa sauti ambayo masikioni mwa mtu asiyemfahamu ingekuwa ya kawaida tu. "Nilidhani wewe ni mtu pekee unayeweza kunielewa. Nilidhani unaifahamu tabia na msimamo wangu. Sina tabia ya kuchukua matatizo yangu na kuyabwaga mikononi mwa binadamu mwingine. Sijazoea kuchukua fumbo ambalo limenishinda kufumbua na kumwomba mtu mwingine anisaidie. Wala tabia hiyo siwezi kuanza leo. Hivyo ninapokuambia sina la kukuambia maana yake sina la kukuambia. Nadhani umenielewa."

"Nadhani nimekuelewa. Hata zile pesa ulizozipokonya City Drive, ambazo tunachezea sasa naamini ni fumbo jingine ambalo hukupenda kulifumbua. Sivyo mpenzi?"

Joram akatabasamu, "yaelekea mimi na wewe tutakuwa na safari ndefu kimaisha."

Wakashikana mikono na kurudi kitandani.

Baada ya kuzitawala na kuzinyonya sana nchi zetu nyingi za Kiafrika, na baada ya 'kutoa' uhuru shingo upande, Uingereza iliendelea kujifanya baba na mama wa makoloni yake ya awali. Falsafa hii ndiyo chanzo cha vijisaada kadha wa kadha. Eti pia Uingereza ndiyo mtaalamu wa habari zinazohusu nchi hizi zilizokuwa chini ya himaya yake. Na habari ambazo hupata nafasi katika vyombo vya habari mara nyingi huwa ni zile ambazo si nzuri sana kwa masikio ya wasikizaji. Yaani habari za aibu, kushindwa, rushwa, udikteta, uzembe na kadhalika. Uteuzi huu wa habari hizo mbovu na kuacha zile njema ni ushahidi mwingine ambao huonyesha kuwa Uingereza ingependa kuendelea kuitawala Afrika hadi siku ya mwisho wa dunia.

Habari za wizi wa fedha za kigeni katika Tanzania zilikuwa tamu mno katika magazeti, redio na televisheni zote za Uingereza. Zilipambwa kwa wino na rangi mbalimbali na uongo aina aina hata zikawa kubwa kuliko zilivyostahili kuwa. Hiyo ilitokana hasa na mwizi wa pesa hizo alivyokuwa mtu maarufu duniani.

"Ndivyo walivyo Waafrika..." liliandika gazeti moja. "Kati yao hakuna mwaminifu...'" Gazeti lingine lilipendekeza kuwa Tanzania isipate msaada wowote wa kimataifa bila ya pesa hizo kurudishwa. "Tunaamini kilichofanyika ni njama tu, baina ya Joram na viongozi wa serikali yake," TV moja ilitangaza.

Habari hizo zilianza kuwa za kawaida machoni na masikioni mwa Joram na Nuru. Hawakuzijali wala kuzishughulikia. Hata hivyo kuna gazeti hili ambalo liliwashtua zaidi. Mwandishi wake alikuwa amesafiri hadi Dar es Salaam ambako alifanya utafiti wake binafsi, akihonga hapa na kuiba habari pale hata akawa ameunganisha taarifa ambayo ilidai kuwa Joram alikuwa ametorokea Nairobi kwa ndege ya kukodi. Mwandishi huyo alisafiri hadi Nairobi ambako utafiti wake ulimfikisha katika chumba alichokuwa Joram na Nuru kwa majina ya bandia. "Kwa kila hali Joram yuko London sasa hivi", lilieleza gazeti hilo. "Dunia haiwezi kupumbazwa na hila zake za kujibadili sura na umbile. Kwa hali ilivyo atakuwa akiishi katika hoteli kubwa kwa jina la bandia.

"Imekuwa tabia ya kawaida," liliendelea kueleza gazeti hilo. "Kila wanapofanya madhambi yao huko kwao hukimbilia huku. London imejaa watu weusi wengi ambao wanaishi wanavyotaka baada ya kufanya maovu — au mema ambayo yalionekana maovu — huko makwao. Wako wachoyo, wahujumu, wazembe, wanafiki na kadhalika. Wengi wameziacha nchi zao zikiwa maskini zaidi na huku roho za watu zikiteketea katika vita na mauaji yasiyo na mwisho. Uingereza tunawakaribisha na kuishi nao kama binadamu wenzetu. Miongoni mwa watu hawa sasa yumo Joram Kiango, mtu aliyejifanya na akaaminika kuwa ana roho ya kipekee yenye upendo na ushujaa kama ngao kwa jamii yake. Kumbe alikuwa fisi katika ngozi ya kondoo. Huyu, Uingereza haiwezi kumstahimili. Lazima apatikane, ahukumiwe na kupokonywa kila senti aliyobaki nayo."

Nuru alimaliza kuisoma habari hiyo huku akitetemeka kidogo. Lakini ilimshangaza alipoinua uso na kukutana na ule wa Joram ambao ulikuwa ukichekelea. Hilo lilimshangaza. Akiwa mtu ambaye ameishi na Joram kwa kipindi cha kutosha, alikuwa na hakika kuwa amemfahamu Joram vya kutosha. Asingelaghaika kama watu wengine kung'amua lini anacheka kwa hasira na wakati upi anajifanya kuchukia hali amefurahi. Tabasamu hili ambalo lilikuwa likiendelea kuchanua katika uso wa Joram halikuwa tabasamu batili, bali tabasamu halisi. Tabasamu ambalo huutembelea uso huu kwa nadra sana. Hivyo ilimshangaza sana Nuru. Alimtegemea Joram kujisingizia kucheka huku rohoni akibabaika na kukata tamaa. Si kushangilia kama aliyepata tuzo au ushindi mkubwa baada ya shindano gumu.

"Sijakuelewa Joram, sidhani kama hii ni habari njema," alimwambia.

"Wala sidhani kama una haki ya kutegemea habari njema tangu ulipokubali kuandamana na mwizi mkubwa kama huyu," Joram alimjibu tararibu. Alipoona uso wa Nuru bado una maswali na dalili za kutoridhika, aliongeza, "kinachochekesha ni huyu Mwingereza anavyojifanya ana uchungu na nchi yetu kuliko sisi wenyewe. Utafiti alioufanya hautokani na moyo wake wa kuwajibika bali na nguvu alizo nazo kiuchumi. Uwezo ambao ameuiba toka katika makoloni yao miaka nenda rudi."

Alikohoa kidogo kabla ya kuongeza, "Hawawezi kunitisha kabisa. Nitaishi hapa nikistarehe katika jiji kubwa ambalo linapendeza kwa madini yaliyoibwa makwetu, yaliyochimbwa kwa jasho la babu zetu. Nitaondoka hapa tu tutakapokuwa tayari kuondoka.

Sivyo dada Nuru?"

"Nilichosema ni jinsi unavyoifurahia habari hii badala ya kuionea aibu. Sikutegemea. Au nakosea. Pengine hili ni fumbo jingine?"

Joram hakumjibu.

Maisha jioni hiyo yaliendelea kama kawaida. Joram alijipitisha pale na pale akifanya hili na lile. Sasa ilikuwa dhahiri kwa Nuru kuwa alikuwa katika shughuli kubwa na ngumu kinyume cha alivyoiruhusu sura na sauti yake kuonyesha. Nuru hakujisumbua kumuuliza lolote akichelea kupoteza muda wake kwani ingekuwa sawa na kumpigia mbuzi gitaa ukimtegemea kucheza rumba. Hata hivyo, Nuru alipopata wasaa alimkabili Joram na kumwambia kwa utaratibu.

"Unadhani mwandishi yule anatania anaposema watafanya juu chini kututafuta? Huoni kama tunaweza kupatikana? Hila hizi za kujibadili si imekuwa teknolojia ya kawaida siku hizi? Sidhani kama zinaweza kutusaidia."

"Najua, mpenzi. Ninachojivunia ni wingi wa watu na ukubwa wa jiji hili. Itachukua muda hadi wafike hapa na kutukamata. Wakati huo hatutakuwa hapa tena, bali tutakuwa angani tukimalizia kuitembelea nchi ya mwisho ya dunia. Usijali Nuru. Starehe bila hofu yoyote..."

Joram hakuumalizia usemi wake kabla ya kuusikia mlango ukigongwa. Wakatazamana huku wakisikiliza. Mlango uligongwa tena kwa nguvu kuliko kwanza. Joram hakuwa mgeni wa ugongaji wa polisi. Kwa mara ya kwanza akajikuta kuwa alikuwa amekosea sana kuwadharau polisi wa Uingereza kiasi hicho. Akamtupia Nuru jicho ambalo lilibeba ujumbe ambao masikioni mwa Nuru ulieleza waziwazi "Cheza nao". Papo hapo akatoka na kuingia bafuni huku akiufunga mlango nyuma yake.

Mlango ulipogongwa tena Nuru aliinuka na kuufungua. Kama alivyotegemea aliingia polisi mmoja mwenye cheo cha sajenti akifuatana na mmoja kati ya maofisa wa hoteli hiyo.

"Samahani sana dada", afisa huyo alieleza. "Tumelazimika kukusumbua kidogo. Nadhani utatuwia radhi. Huyu hapa ni Sajini Brown kutoka Scotland Yard, yuko katika ziara ya kuwatembelea wageni wote wa hoteli hii ili kutazama hati zao za usafiri na maswali rnadogo madogo ambayo nadhani utamjibu. Ni mzunguko wa kawaida tu kwa ajili ya tukio dogo ambalo wangependa kulikamilisha ili wasirudi tena katika hoteli hii."

"Bila samahani," Nuru alijibu akimgeukia polisi huyo ambaye alikuwa akitoa kitambulisho chake.

"Kwa kawaida hapa kwetu hatusumbui wageni," alieleza askari huyo. "Tunatimiza ombi la INTERPOL tu," alisita akimtazama Nuru kwa makini zaidi. "Sijui dada unaitwa nani?"

"Mrs. Prosy Godwin".

"Kutoka?"

"Naijeria".

"Yuko wapi bwana Godwin?"

"Ametoka. Nadhani atarudi baada ya dakika chache".

"Naweza kuona hati zenu za usafiri pamoja na nyaraka nyinginezo kama zipo?"

"Bila shaka," Nuru alimjibu akiendea mfuko ambao aliufungua na kutoa hati. Akazikabidhi kwa askari huyo ambaye alianza kuzipekua pekua.

Dakika hiyo hiyo mlango wa bafu ulifunguka. Askari alipogeuka kutazama alikutana na pigo ambalo lilitua katika shingo yake kikamilifu. Pigo lilikusudiwa kumumaliza, lakini halikutimiza wajibu. Lilimfanya apepesuke na kuegemea ukuta. Mkono wake ukapaa kukinga pigo la pili huku mkono wa pili ukisafiri kuitafuta bastola. Joram hakuruhusu mkono huo utoke na bastola. Aliachia judo ambayo ilitua ubavuni mwa askari huyo na kumlegeza. Pigo lililofuata lilimlazimisha kuanguka sakafuni. Baada ya kazi hiyo ndipo Joram alimgeukia afisa wa hoteli ambaye alikuwa kaduwaa, mdomo wazi, kama asiyeyaamini macho yake.

"Mwinue ndugu yako na umpeleke bafuni," Joram alimwamuru.

"Vipi bwana Godwin? Nadhani hukumwelewa huyu bwana. Alikuwa hana nia mbaya zaidi ya...ya..." Joram hakuwa na muda wa kuchezea. Alijua afisa huyu alihitaji nini kumtoa mshangao. Pigo moja tu, ambalo halikutegemewa lilimfanya afisa huyo aanguke chini kama gunia. Hima Joram alianza kuwavuta hadi bafuni mmoja baada ya mwingine. Kisha aliufunga mlango wa bafu kwa funguo na kumfuata Nuru ambaye pia alikuwa ameshangaa.

"Kwa nini umefanya hivyo Joram? Haikuwepo kabisa haja ya kuwashambulia. Askari huyo asingegundua lolote. Sasa watajua kuwa uko hapa na wataanza kukutafuta kwa udi na uvumba."

"Si kitu. Kwa nini tujikombekombe kwao? London si mji mzuri peke yake katika dunia hii. Bado tuna haja ya kuiona miji mingine."

"....Ni mtu wa hatari duniani. Ameidhihirishia dunia kuwa hana tofauti na yule muuaji mwingine anayetafutwa duniani kote Carlos. Sasa kinachotakiwa kufanyika si kumtafuta yeye bali roho yake. Vinginevyo dunia itakuwa imestarehe ikisubiri kuimarika kwa kiumbe mwingine wa hatari zaidi ya faru mwenye wazimu".

Hayo yalikuwa mapendekezo ya mwisho katika gazeti lile ambalo lilikuwa limehisi kuwepo kwa Joram jijini London, na hatimaye kuandika juu ya tukio la kutisha lililowapata askari wa Scotland Yard na afisa wa hoteli. Watu hao ambao walifunguliwa kutoka katika bafu saa kadha wa kadha baada ya Joram kuondoka zake, walikuwa wameeleza jinsi walivyowakabili watu ambao mtu yeyote asingefahamu kuwa wangeweza kuwa Joram Kiango na Nuru. Askari huyo alieleza hayo huku akiwa katika chumba cha *X-ray* hospitali, kuangalia uwezekano wa kuungika mbavu zake tatu zilizovunjwa na Joram.

Waandishi wa gazeti hilo baada ya kuongea nao kwa marefu na mapana ndipo walitoa habari hiyo ikiwa imepambwa kwa picha nyingi za kuchora. Picha ambazo ziliwachora Joram na Nuru katika sura na mavazi tofauti, wakijaribu kuonyesha jinsi gani wanaweza kujibadili. Chini ya michoro hiyo kulikuwa na maelezo yaliyoandikwa kwa herufi nzito yakisema: "Unashauriwa kujihadhari nao. Ukimwona ua kwanza, uliza maswali baadaye."

Gazeti hilo lilisomwa kote duniani. Maelezo yake yalidakwa na TV na redio zote duniani. Watu wengi, ambao walimchukia Joram walizidi kushangilia, hali wale ambao walimpenda walizidi kushangaa.

"Sijui amepatwa na nini mtoto huyu," alifoka Inspekta Kombora huku akilitupa gazeti hilo mezani. "Yuko London na anafanya anavyojua. Anazidi kulipaka matope jina lake ambalo tayari amelichafua."

Ilikuwa dhahiri kwa yeyote amtazamaye Kombora machoni kwamba alikuwa hajapata usingizi wa kutosha kwa muda mrefu. Mambo mengi yalikuwa yamemkabili kichwani kiasi cha kumpokonya hata hamu ya kula. Angewezaje kustarehe ambapo siku zilikuwa zikisogea huku halijapatikana lolote la haja katika kukomesha tisho kutoka nchi adui ambalo lilitaka serikali iache msimamo wa kimapinduzi, la sivyo ajali zingeendelea kutokea. Tanzania kuacha kuzisaidia nchi zinazopigania haki na uhuru wake ilikuwa ndoto ya kupendeza. Kamwe isingetokea. Lakini kuendelea kusaidia nchi hizo huku ukisubiri maafa ya hatari sana, kwa nchi yake na rafiki zako hali huna uwezo wa kufanya lolote ilikuwa ndoto ya kusikitisha sana. Ndoto ambayo ingeweza kutokea.

Walikuwa wamefanya yote ambayo wangeweza kuyafanya katika juhudi za kuhakikisha usalama. Yote; mema kwa maovu. Magereza ya Keko na Ukonga yalikuwa yamejaa wageni wengi ambao ama waliingia nchini kinyume cha utaratibu, ama hati zao zilitia mashaka. Wote hawa walihojiwa kwa maneno na vitendo. Waliokuwa watakatifu waliachiwa, wenye madhambi ya magendo na uzururaji wakifunguliwa mashtaka. Ni mtu mmoja tu ambaye alielekea kuwa na mengi au machache ambayo yangehusiana na usalama wa nchi.

Huyu alikuwa amekamatwa katika hoteli ya *New Africa* baada ya kulala hapo kwa siku moja. Wapelelezi walimshuku baada ya kumsikia akiulizauliza maswali juu ya watu ambao walikufa katika hoteli hiyo; ni wa aina gani na walikufa vipi. Alipokamatwa na kutakiwa kutoa vitambulisho, hati zake zilionyesha kuwa ni mwanachama wa ANC ambaye ametoroka kutoka Namibia. CID waliwasiliana na ofisi hizo. Jina la Kweza halikuwemo katika orodha ya wanachama wa ANC. Ndipo lilipofunguliwa bomba la maswali dhidi yake. Na ni hapo ilipodhihirika kuwa hakuwa mtu wa kawaida kwa jinsi alivyoweza kuyajibu maswali yote kwa ukamilifu kama ambaye alijiandaa kuyajibu. Begi lake ambalo lilikuwa limekaguliwa haraka haraka bila ya kuonekana chochote likapekuliwa tena. Baada ya jitihada kubwa iligunduliwa mifuko ya siri ambayo ilificha silaha, vyombo vya mawasiliano na vitu mbalimbali vya kijasusi. Alipoulizwa alikovipata alikanusha kuwa havifahamu, wala hakupata kuviona vitu hivyo. Ni majibu hayo ambayo yalimuudhi Kombora hata akaamua apelekwe katika chumba cha mateso ili kama hasemi autapike ukweli. Taarifa zilizomjibu Kombora zilisema kuwa alikuwa hajasema lolote.

Ndipo alipolitupa gazeti alilokuwa akisoma habari za Joram, na kumtoa akilini kwa muda. Akaondoka na kuingia katika lifti ambayo ilimteremsha chini ya ardhi kuliko chumba cha mateso. Kombora hufika katika chumba hiki kwa nadra sana. Harufu ya mchanganyiko wa damu, kinyesi, jasho na machozi ni jambo moja ambalo humfanya aape kuwa asingerudi tena kila anapofika humu. Jambo jingine ni sura za watesaji, sura hizi humtisha zaidi ya mateso yenyewe, zikimfanya aamini kuwa watu hao kama kweli wana roho, basi ni roho za chuma. Nayo macho ya wanaoteswa si jambo ambalo macho ya mtu mstaarabu yatapendezwa kuangalia.

Leo hii alimkuta Kweza, au kilichosalia katika umbo la aliyekuwa Kweza; akiwa amelala sakafuni, sura ikiwa haitambuliki kwa kuvimba na kuchubuka. Vidole vyake vyote vilikuwa vimevunjika tayari, jicho moja limetumika na meno manne yamepotea. Watesaji walikuwa wamemwinamia wakimdunga sindano ambayo ilikuwa na waya uliotokeza katika soketi ya umeme.

"Mwacheni kidogo," Kombora aliamuru akiendea kiti na kuketi. "Mleteni hapa."

Kweza alisimamishwa mbele ya Kombora, akitetemeka kwa uchungu na maumivu makali.

Nusura Kombora amhurumie. Huruma hiyo ilimtoka mara moja mara alipomfikia mtu huyu: mtu mweusi, kibaraka ambaye nusura anasaliti juhudi za weusi wenzake katika kujikomboa kutoka kwa udhalimu ambao umewaandama miaka nenda rudi. Mtu kama huyu hahitaji kuhurumiwa hata chembe,

"Wewe!" akafoka. "Kwa nini hutaki kusema ukweli? Kama ukisema ukweli tutakuacha uende zako."

Pamoja na maumivu aliyokuwa nayo mtu huyo, alicheka. "Nimekwisha sema kila kitu. Tatizo lenu ni kwamba hamtaki kuelewa ninachosema. Na juu ya kuniacha niende zangu nimewaambieni mara kuwa sihitaji kwenda popote. Naomba mkichoka kunitesa mniue."

"Umesema ukweli? Ukweli gani?"

"Nimesema kuwa mimi sifahamu chochote juu ya maswali mnayoniuliza. Nilichofuata ni kumtafuta rafiki yangu Chonde ambaye inasemekana amefariki. Nilitaka kufahamu amefariki vipi ili niitulize roho yangu."

"Chonde ni rafiki yako vipi?"

"Alikuwa rafiki wa kalamu. Sikuwahi kuonana naye ana kwa ana."

Kombora alimtazama kwa makini. Macho yake makali yalimfanya Kweza aangue tena kicheko dhaifu huku akisema:

"Mnaupoteza bure muda wangu na wenu. Mimi sifahamu chochote. Nanyi hamna lolote ambalo mnaweza kufanya zaidi ya kusubiri maafa kama niliyoambiwa. Mwenye akili ningemshauri aikimbie nchi hii mapema badala ya kusubiri kifo cha kutisha cha mioto mikali itakayokuja na ufukara wa kutisha baada ya mioto hiyo." Akaangua kicheko kingine dhaifu.

Safari hii alicheka kwa muda hata akateleza kutoka mikononi mwa askari waliomshika na kuanguka chini.

Hapo chini alitulia kwa muda kisha akapapatika na kukata roho.

Kombora na wenzake walisogea na kuinama wakimtazama. Hakuna aliyefahamu kama alikuwa na sumu kinywani au aliitapika roho yake. Miujiza, iliyoje jamani.

SURA YA SABA

Walikuwa wameitembelea miji mingi maarufu ya dunia. Walikuwa wameonja anasa na starehe za kila mji. Baada ya kutoroka kutoka London kwa hima walikwenda Ufaransa ambako walipitia miji mbalimbali na kuingia Paris. Toka Paris walienda zao New York ambako hawakukaa sana kabla ya kuruka tena hadi Washington, Hong Kong, Moscow, na kwingineko.

Ingawa yao ilikuwa ziara ya starehe lakini ilikuwa ziara ngumu kiasi cha kumtatanisha Nuru na kumsisimua Joram. Safari zao nyingi zilikuwa za kujifichaficha usiku na mchana kuwaepuka polisi na wapelelezi ambao ama walimhitaji Joram kwa makosa ama kwa kuzishuku hati zao za usafiri ambazo mara kwa mara zilikuwa za bandia. Hila za hali ya juu pamoja na rushwa nzito ni njia pekee iliyowafanya wafanikiwe kuiepuka mitego yote ya CID, KGB, INTERPOL na wapelelezi wa nchi mbalimbali.

Katika tukio moja, kwenye mji mmoja, ilimlazimu Joram kujifanya mwanamke malaya ili kuwaepuka polisi ambao waliizingira hoteli aliyokuwemo. Polisi hao walipoingia katika chumba hicho ambamo walitegemea kumnasa Joram walijikuta wakirudi nje kwa aibu baada ya kukuta wasichana wawili, waliofanana kwa uzuri, wakiwa nusu uchi juu ya kitanda chao kwa namna ya kufanya mapenzi wao kwa wao. Hawakujua kama kati ya wasichana hao alikuwepo Joram Kiango ambaye aliifunika miguu yake ya kiume kwa soksi maalum zinazobadili mwili na kujivika nywele na matiti ya bandia. Wakati askari hao wakisubiri nje ili kuwahoji vizuri; Joram na Nuru walitumia dirisha kuondoka zao na kila kilichokuwa chao.

Katika tukio jingine Joram alilazimika kuteka nyara ndege ndogo ya abiria na kuilazimisha kutua katika uwanja ambao haukukusudiwa jijini New York. Kutoka uwanjani hapo walipata kinga kwa risasi za askari waliokuwa wameizingira ndege hiyo kwa kuwachukua rubani na msaidizi wake huku wakizielekeza bastola katika vichwa vyao. Polisi walikuwa wakiwafuata kwa mbali, televisheni ikiwaona na kuwaonyesha kwa kila mtu. Lakini ilifika mahala ambapo si polisi wala marubani waliojua kilichotokea. Polisi waliikuta ndege hiyo ikiwa imesimama kando ya nyumba, marubani wakiwa usingizini kwa kunusa dawa fulani bila kutaraji. Watu walioshuhudia tukio hilo wakiwa hawajui kinachotokea, walidai kuwa waliwaona "vijana wazuri" msichana kwa mvulana wakishuka kutoka ndege hiyo na mizigo yao na kuingia katika jumba la jirani ambamo hawakuonekana wakitoka tena.

Harakati na machachari yao katika miji mbalimbali ziliondokea kuwa habari ambazo ziliwavutia sana waandishi wa habari. Mara kwa mara televisheni, redio na magazeti zilitoa habari zinazowahusu; *Leo kaonekana hapa; hapa kafanya hivi; pale alifanya vile na kadhalika.*

Habari hizo zilipambwa kwa picha zao zinazovutia, kurudiwarudiwa kwa historia ya maisha ya Joram Kiango pamoja na kutiwa chumvi nyingi ili kugusa masikio ya watu wote na kusisimua kila mmoja. Hivyo jina lilipanuka na athari kuneemeka. Ilikuwa kama dunia imesita kushughulikia masuala yaliyo muhimu na kuandamana na Joram katika ziara yake hii ndefu. Jambo ambalo lilimfanya kila mpelelezi kuwa na hamu kubwa ya kubahatika kumtia Joram mikononi ili amfikishe kunakohusika.

Jambo ambalo lilimshangaza Nuru katika mkasa huo mzima ni jinsi ambavyo alielekea kufurahishwa na jinsi habari hizo za aibu juu yake zilivyoipata nafasi kubwa katika vyombo vya habari. Iliendelea kumfurahisha Joram badala ya kumchukiza. Nuru ambaye alimfahamu Joram asivyopenda sifa alijikuta akijawa na mshangao kwa mabadiliko hayo ya Joram.

Hata hivyo mshangao wake ulianza kupungua pindi Joram alipoanza au alipolazimika kumshirikisha katika baadhi ya mambo aliyokuwa akiyafanya. Jambo la kwanza lilikuwa mazoezi ya viungo. Walifanya kila starehe, lakini baada ya starehe, wakiwa chumbani kwao, walifanya mazoezi makali ya viungo. Mazoezi ambayo awali yalimtoa Nuru jasho, machozi na damu. Lakini baada ya muda machozi na damu vilikoma na jasho kupungua. Akawa hodari, akiwa bega kwa bega na Joram katika kila jambo. Zoezi la pili lilikuwa la matumizi ya silaha mbalimbali ambazo Joram alikuwa akizinunua kwa siri sana.

Alimwelekeza Nuru namna ya kuzificha mwilini, namna ya kuzitumia na kumfundisha kulenga shabaha kwa ukamilifu. Nuru alikuwa mwepesi wa kuelimika.

Hayo yaliufanya moyo wa Nuru uwe na tumaini kubwa. Sasa aliamini kuwa Joram alikuwa na jambo fulani zito la muhimu ambalo alikuwa akilishughulikia. Pengine katika safari hizo za mji hadi mji alikuwa akimfuata mtu ambaye alimhitaji kwa madhambi fulani. Mtu gani huyo? Na ni madhambi yapi aliyoyafanya?

Maswali ambayo yaliimarika hasa kutokana na simu nyingi ambazo Joram alikuwa akipiga kwa rafiki zake sehemu mbalimbali ulimwenguni, ambazo mara kwa mara zilikuwa katika mafumbo ya aina aina. Japo alimsikiliza kwa makini Nuru hakuambua chochote cha haja, zaidi ya kuishia kuhisi tu. Wakati huo wote Joram hakukoma kujifungia.

Halafu ikaja jioni ya leo, ambapo Joram alionekana mtulivu kuliko ilivyokuwa siku zote. Sigara ziliteketea mdomoni mwake moja baada ya nyingine, macho yake yakimtazama Nuru ambaye aliketi mbele ya meza ya kuvalia akishughulikia nywele zake. Joram alimtazama kwa makini kwa dakika kadhaa, kisha alimsogelea na kumshika bega.

"Nilichoshika hapa ni kipande murua cha kazi ya sanaa ambayo ni mfano halisi wa kazi ya Muumba. Nadhani hana budi kujivunia mafanikio yake," alisema akitabasamu.

Nuru aliinua uso kumtazama.

"Kwa bahati mbaya kazi hii ya sanaa iko katika hatari ya kuharibika endapo itaendelea kuandamana na binadamu wenye akili mbaya kama Joram Kiango."

Hilo lilimfanya Nuru atabasamu. Alijua Joram anaelekea wapi. Siku hizi mbili zilizopita alikuwa akimchunguza kwa makini na kuona mabadiliko katika fikira zake. Alikuwa akiona au kushuhudia kutoweka kwa ile starehe ya kujisingizia katika nafsi ya Joram na badala yake starehe kamili kuchukua nafasi yake. Mfano wa mtu ambaye yuko katika jahazi hafifu katika bahari iliyochafuka anapobahatika kufika pwani salama. Hivyo alijua Joram ana neno. Akamhimiza kulisema kwa kumwambia.

"Unachotaka kufanya Joram ni kunitisha.... Lazima uelewe kuwa sitishiki ng'oo. Tumekuwa nawe katika heri na shari. Tutakuwa pamoja jehanamu na peponi. Usijisumbue kuniambia lolote lenye dhamira ya kututenga."

Joram akacheka. "Una akili nyepesi sana Nuru," akamwambia. "Nilichokuwa nikielekea kukuomba ni kukushauri urudi nyumbani, uniachie kazi hii iliyoko mbele yangu. Ni kazi chafu, ya hatari, yenye nuksi, ambayo sidhani kama itanifanya nirudi nyumbani na roho yangu."

"Nimekwisha sema usijisumbue kunitenga. Nina hamu na kazi nzito, chafu yenye damu. Sijasahau nilivyoshirikishwa katika hatia ya kuwaangamiza wakuu wa nchi wasio na hatia. Nahitaji kujitakasa. Ni damu pekee itakayonitakasa. Damu ya adui."

Joram aliduwaa huku akimtazama msichana huyo. Hakuwa na shaka kuwa msichana huyo ni shujaa. Lakini hakujua kama alikuwa shujaa kiasi hicho. Ndiyo, alimtegemea sana katika msafara wake. Lakini hakukusudia kumwingiza katika mkasa ambao ilikuwa dhahiri kuwa pamoja na ugumu wa maandalizi yake ya muda mrefu, hadi sasa matokeo yake yalikuwa gizani. Yeye alikuwa tayari kwenda, tayari kufanya kazi inayompeleka; uwezekano wa kurudi haukumsumbua. Kufa kusingemtisha sana mradi atakuwa ameifanya kazi yake. Kifo chake ni jambo moja, kusababisha kifo cha mtoto wa watu, mzuri kama Nuru, ni jambo jingine.

"Sikia Nuru. Labda huelewi.... Ninakokusudia kwenda toka hapa si nchi ya kawaida. Ni nchi ambayo kuna watu wenye kiu kubwa ya damu ya mtu mweusi na njaa kubwa ya roho zetu. Na ninahitaji kujipeleka moja kwa moja mikononi mwao. Kwa ufupi nategemea kwenda Afrika ya Kusini..."

"Tutakwenda pamoja."

"...Na ninachokwenda kufanya ni hujuma. Wakinigundua watanitafuna mbichi."

"Watatutafuna pamoja."

Joram akaduwaa. "Labda nikufunulie kila kitu kilivyo Nuru," akamwambia. "Nisubiri," alisema akiliendea begi lake ambalo lilikuwa limefurika kwa vitabu aina aina pamoja na encyclopedia ambazo alikuwa akitumia kwa muda mrefu kujaribu kuyasoma yale maandishi ya kijasusi ambayo aliyapata katika mfuko wa hayati Chonde. Humo alitoa karatasi ndefu, iliyoandikwa kwa mashine, ikiwa tafsiri ya maandishi hayo. Alimkabidhi Nuru na kumwambia asome haraka haraka.

MPANGO KABAMBE WA KUIFANYA AFRIKA ITUPIGIE MAGOTI

"Taarifa hii ni siri kubwa miongoni mwa watu wachache sana, wa ngazi za juu katika Serikali yetu. Ni taarifa ya mafanikio ya jaribio lilofanyika muda mrefu, kwa gharama kubwa, baina ya wanasayansi wetu na waliotoka katika nchi marafiki duniani; juu ya uwezekano wa kufanya nguvu za nuklia zitusaidie katika kuwaweka Waafrika, na ikiwezekana dunia nzima katika kwato zetu.

Itakumbukwa kuwa kifungu kikubwa cha pesa kilitengwa ili kufanyia majaribio haya. Kwa siri kubwa sana mtambo madhubuti ulijengwa na setilaiti kutupwa angani. Mbili kati ya setilaiti hizo zilidondoka katika bahari ya Hindi kabla ya kuonyesha matokeo. Lakini setilaiti ya tatu imetimiza wajibu. Majaribio yamefanywa na kuleta matokeo ya kuridhisha kabisa. Mtu wetu alitumwa Lagos na kutega gololi maalumu ambazo baada ya kufyatuliwa zimeifanya setilaiti hiyo iliyoundwa kwa madini yanayoifanya isionekane kwa macho iweze kuingia katika anga la nchi hiyo na kuachia bomba la moto mkali ambao uliteketeza uwanja na watu kadhaa. Jaribio la pili lilifanywa huko Harare ambako maghala yaliteketea. Jaribio la tatu na la mwisho linakusudiwa kufanywa Tanzania, katika jengo la Benki Kuu inayojengwa. Hatuna shaka kuwa jaribio hilo litafanikiwa.

Baada ya jaribio hilo ndipo tutaanzisha mpango wa kuzifanya nchi zote zinazojitia msitari wa mbele kutupigia magoti. Mtu wetu anayekwenda Tanzania ni mtu wa kutegemewa, aliyeishi huko miaka mingi. Atapewa pesa nyingi zitakazomwezesha kwenda mahala popote duniani, na kumnunua mtu yeyote. Huyu atakuwa na jukumu la kusubiri amri yetu ili aachie vipigo vingine ambavyo vitaifanya Afrika itokwe na machozi na dunia kulalamika...”

Nuru aliinua macho ghafla kumtazama Joram. Tayari uso wake ulikuwa umelowa jasho la hofu na mshangao.

"Joram," alifoka, "Mungu wangu. Huoni kama hii ni habari ya kutisha kuliko zote? Tunawezaje kustarehe hivi huku nchi ikiwa mashakani?"

"Imenichukua siku nyingi kuigundua. Waliyaficha maandishi hayo kwa hila ambazo zingemtoa jasho mtu yeyote mwenye akili timamu. Hata hivyo, ugunduzi huu hautatusaidia chochote. Kama ulivyosoma setilaiti hiyo iko angani na haionekani kwa macho. Inaendeshwa na mtambo ambao uko katika himaya yao, bila shaka ukilindwa kwa hali na mali. Hakuna njia nyingine zaidi ya kuubomoa mtambo huo."

"Tukitoa siri hiyo kwa dunia?"

"Haisaidii. Umoja wa mataifa utalalamika na kuilaani Afrika ya Kusini. Pengine watawekewa vikwazo vya kiuchumi. Unadhani hayo yataifanya ituhurumie? Mara ngapi wamelaaniwa? Mara ngapi wamewekewa vikwazo? Hapana Nuru. Lazima nifike Afrika Kusini. Dawa ya moto ni moto."

Nuru alitulia kwa muda akifikiri kwa makini. Mara aliinuka na kumwendea Joram. Akamkumbatia na kumnong'oneza masikioni, "Samahani sana mpenzi. Nilikuelewa vibaya sana ulipoiba pesa benki. Vilevile, nilishangaa unavyozitumia pesa hizo vibaya kwenda huku na kule huku ukiwa hujali matusi ya waandishi wa habari. Sasa nimekuelewa. Nimeelewa kwa nini ulifanya vile. Ulikuwa ukijiandaa kwenda Afrika Kusini. Ulichofanya kilikuwa kuilaghai dunia ili uonekane mhalifu na mkimbizi ambaye hawezi kuishi popote isipokuwa Afrika Kusini. Sivyo mpenzi?" Joram alipochelewa kujibu Nuru aliongeza, "Mpenzi. Wewe ni shujaa kuliko mashujaa wengine niliopata kuwasikia. Sasa sikia. Tutakwenda pamoja Afrika Kusini..."

"Tatizo si kwenda Nuru. Tatizo ni kurudi. Unaonaje, tutarudi na roho zetu?"

Wakati Joram na Nuru walipokuwa wakizungumza hayo, Kombora alikuwa Ikulu mbele ya Rais akitokwa na jasho jembamba.

Alikuwa amefika ofisini, akiwa hoi kwa ukosefu wa usingizi wa siku kadhaa, mara alipopata simu ambayo ilimtaka kwenda Ikulu mara moja. Aliitia gari yake moto na kufunga safari hiyo ya dharura hadi Ikulu ambako alielekezwa katika chumba cha faragha. Humo alimkuta Rais, Waziri Mkuu, Waziri wa Ulinzi na Katibu Mkuu katika Wizara ya Ulinzi. Aliwasalimu kishujaa, ingawa tayari moyo ulikuwa ukimdunda kwa kujua kuwa hakuwa tayari kuyajibu maswali yao.

"Nini hiki?" Rais alimuuliza akimsogezea kijibarua ambacho kiliandikwa kwa mkono. Kombora alikipokea na kukitazama. Hakuwa na haja ya kukisoma kwani ilikuwa moja kati ya zile barua ambazo zilikuwa zikiwafikia wakubwa na nchi za mstari wa mbele kuwatisha ili waache msimamo wao dhidi ya Afrika Kusini.

"Isome," Rais alihimiza.

Kombora akaisoma. Mara alielewa sababu ya kusisitiziwa aisome. Ilisema: "ONYO LA MWISHO." Ikarudia kutaja sehemu muhimu ambazo aliyeandika barua hiyo alikusudia kuchoma. Sehemu ambazo ni pamoja na Ikulu. Baada ya kuikodolea macho, Kombora aliirudisha katika uso wa Rais. "Nimeisoma mzee."

"Barua hiyo imekutwa katika ofisi yangu," Rais alieleza. "Ni dhahiri kuwa aliyeileta anao uwezo na nafasi ya kufanya lolote katika nchi na ofisi hii. Kwa nini mmempa haki hiyo?"

Kombora hakujibu. Hakujua ajibu nini. Yeye na vijana wake wote walikuwa taabani katika mapambano haya. Majasusi wengi wa Afrika Kusini walikuwa wakishikwa, lakini halikutokea lolote ambalo lingeweza kukomesha vitisho vya aina aina. Wengi walikuwa majasusi wa kawaida, ambao ama hawakuwa na lolote la haja au walitumwa kwa ajili ya masuala yasiyo na uzito mkubwa. Wapelelezi wake ambao walikuwa nje pia walikuwa wakivitesa vichwa vyao bila ya kupata matunda ya kuridhisha. Nusura Kombora apate hasira kwa lawama hizo ambazo hakuona kama zinamstahili. Alitamani ainuke, atangaze kujiuzulu. Lakini hayo hakuyafanya kwa kukumbuka kuwa hasira si dawa. Na licha ya hayo aliona wazi kuwa lawama zilimstahili. Kufanya kazi ni kupata matokeo ya kazi hiyo. Kazi isiyo na matokeo haiwezi kuitwa kazi.

"Sina haja ya kukulaumu," Rais alikuwa akiendelea. "Nauona ugumu wa jukumu mlilo nalo. Nilichokuitia ili kukukumbusha kwa mara nyingine ni kuwa hata kwa bei ya roho zetu hatuwezi kukubali kufuata masharti ya utawala huu dhalimu. Lazima tupambane nao. Na huu ni wakati pekee wa kuuonyesha moyo wetu. Uoga hauwezi kutufanya tukubali kuwa mateka wa utawala haramu kama huu. Lazima tushinde," akasita kidogo akimtazama Kombora kwa makini. "Inspekta," aliongeza kwa sauti ya amri kidogo. "Huu ni wakati wako. Kuna wakati wa njaa; wakulima hutakiwa kuiokoa nchi; wakati wa uhaba wa fedha za kigeni wafanyakazi viwandani huombwa kujitoa mhanga; wakati wa vita jeshi hulazimika kuilinda nchi. Huu ni wakati wako Inspekta. Nchi inakuhitaji na kukutegemea. Gavana wa benki amepewa amri ya kukupa kifungu chochote cha pesa unazohitaji, mkuu wa jeshi ameambiwa akuruhusu kutumia kikosi chochote na bunge limependekeza uruhusiwe kufanya lolote. Kazi kwako," Rais alimaliza akiinuka na kutoka.

Kombora alipumbazika kidogo juu ya kiti hicho. Jasho jembamba lilikuwa likimtoka. Mara akajilaani kwa kusita kuleta barua ya kujiuzulu kwake. Hakujua angefanya nini zaidi. Aliwatazama viongozi ambao walikuwa wametulia, wakimtazama. Mmoja alitamka neno ambalo halikumfikia Kombora. Mwingine alitikisa kichwa. Kombora akainuka na kuwaaga. Alipoifikia gari yake ndipo alipokumbuka kuwa bado alikuwa nayo mkononi ile barua ya vitisho. Akaitia mfukoni na kuamuru gari imrudishe ofisini.

Kidole kimoja kamwe hakivunji chawa; aliwaza Kombora akiwa kaketi ofisini mwake akifikiria afanye lipi zaidi kufanikisha vita hivi ambavyo havikuwa na uelekeo maalumu. Akamwagiza opereta wake kumpatia viongozi wa ofisi zote za usalama katika nchi za mstari wa mbele pamoja na Naijeria. Alipowapata alipanga nao kufanya mkutano wa dharura ambao ulikusudiwa kujadili hali inayozikabili nchi zao. Ilikuwa kama wote walikuwa wakiusubiri kwa hamu wito huu. Wakaafikiana kukutana jijini Dar es Salaam siku mbili baadaye.

Kombora akiwa kama mwenyeji alikuwa mwenyekiti wa mkutano huu ambao ulifanywa kwa siri kubwa. Mkutano ambao ulijumuisha watu wenye sura mbalimbali, umri mbalimbali, viwango mbalimbali vya elimu, wote wakiwa na dhamira moja. Kila mmoja alieleza tisho lililokuwa likiikabili nchi yake na kila mmoja alieleza hatua ambazo tayari zilikuwa zimechukuliwa. Lakini wote waliafikiana kuwa matunda ya juhudi zao hayakuwa ya kuridhisha. Wote walifahamu kuwa matunda ya maafa yaliyokuwa mbele yao siku za usoni, endapo yasingekomeshwa, yangesababisha maafa na vilio ambavyo historia haikupata kuvishuhudia.

"Jambo linalotisha zaidi ni maoni au hisia za wanasayansi wetu," mjumbe mmoja alieleza. "Wanaamini kuwa mioto hii inatokea angani katika chombo ambacho hakionekani kwa macho. Hivyo jukumu letu ni kulipua chombo hicho. Tutawezaje wakati hatukioni?"

"Labda tuilazimishe Afrika ya Kusini ikiteremshe."

"Hilo ndilo tatizo. Tutawezaje kuilazimisha? Tumejaribu kutazama uwezekano wa kuishambulia kijeshi kwa pamoja na kuona si rahisi. Wao wamejiimarisha sana kiulinzi angani, majini na nchi kavu. Nasi Waafrika umoja wetu unalegalega kiasi kwamba hatuwezi kuafikiana mara moja. Vilevile, wakati tutakapokuwa tukijiandaa kwenda huko madhara waliyotishia yatakuwa yakiendelea kutukia."

"Lakini haiwezekani tukubali kuwa hatuwezi kufanya kitu," Kombora alieleza kwa sauti.

"Lazima tufanye jambo. Jema au baya, lazima tulifanye mapema."

Aliungwa mkono.

Mara simu ikakoroma katika meza ya Kombora.

Akaitazama saa yake na kuona kuwa zilikuwa zimesalia dakika nane kutimia saa kumi za alfajiri. Akainua simu hiyo na kusikiliza. Ilikuwa ikipigwa na msaidizi wake ambaye alimwomba atoke nje mara moja. Kombora akawataka radhi wageni wake na kutoka.

Dakika chache baadaye alirudi ndani akiwa kaandamana na mgeni mmoja ambaye alikuwa katika hali ya kusikitisha. Mgeni huyu alikuwa mtu mweupe, aliyevaa mavazi yaliyochakaa. Mwili wake ulikuwa umejaa majeraha na mikwaruzo mingi kiasi cha kumfanya aonekane mahututi. Hata hivyo macho yake yalikuwa na uhai.

"Huyu ni mgeni ambaye amekamatwa huko mpakani mwa Malawi na Tanzania leo," Kombora alieleza. "Amesema ametoroka kutoka Afrika ya Kusini kuja baada ya kuponea chupuchupu. Maelezo yake nadhani yatatufaa katika kikao hiki," alimaliza akimwashiria mtu huyo kujieleza.

"Kwanza ningependa ieleweke kuwa mimi si Mzungu," alisema mtu huyo. "Mimi ni mtu mweusi, mzaliwa wa Soweto," alisema akifungua vifungo vya shati lake. Kila mmoja alitokwa na macho ya mshangao kwa kuona kuanzia tumboni alivyokuwa na ngozi nyeusi. "Ngozi hii nyeupe iliyokaa usoni na mikononi ni matokeo ya *plastic surgery* ambayo nilifanya miaka kumi iliyopita ili niweze kuingia miongoni mwa makaburu na kuiba siri zao ili zitusaidie katika vita vyetu vya kujikomboa," alisita kidogo. Kisha aliendelea.

"Nimefanya kazi mbalimbali katika jeshi lao. Daima nikiwa macho kupeleleza hiki na kile. Majuzi ndipo nimegundua jambo la kutisha zaidi. Niligundua kuwa umejengwa mtambo ambao unaendesha setilaiti ambayo haionekani kwa macho inayotumiwa kuteketeza majumba na sehemu muhimu za kiuchumi katika nchi za Kiafrika.

Nikaanza upelelezi wa makini kutafuta uwezekano wa kuangamiza tishio hilo. Kwa bahati mbaya walinishuku katika upelelezi wangu. Sikuwa na la kufanya zaidi ya kuikimbiza roho yangu. Hata hivyo nimeona mengi, nadhani naweza kutoa mchango madhubuti ambao utatuwezesha kushinda."

Wakuu hao wa upelelezi walimtazama mtu huyo kwa makini kisha wakatazamana. Mmoja alicheka, mwingine akatabasamu.

"Hatimaye...." alinong'ona mmoja wao.

SURA YA NANE

Katika jumba fulani, mtaa fulani, jijini Johannesburg, makaburu wanne waliketi katika ofisi moja wakisikiliza taarifa ya kijasusi kutoka Tanzania. Jasusi mmoja alikuwa akiwaarifu kwa kutumia chombo maalumu juu ya msafara wake na mafanikio ya shughuli zake.

"Nimefika salama na kuwakabili nikiwa katika hali ya kusikitisha iliyonifanya niaminike kama mmoja wao. Wameumeza kabisa uongo wangu. Sasa hivi wananiamini sana. Wameniuliza maswali mengi na nimewajibu kiume nikiwapa taarifa za uongo. Nadhani wamekusudia kuwatuma wapelelezi wao huko, ingawa hawakupenda kunishirikisha moja kwa moja. Hata hivyo msijali, nitakuwa macho nikiarifu kila kitendo chao hatua kwa hatua..."

Makaburu wakatazamana tena na kutabasamu kwa namna ya kupongezana. Mmoja wao hakuona kama tabasamu linamtosha. Yeye aliangua kicheko. Kisha aliona kicheko hakitoshi. Akainuka na kuendea kabati lililokuwa nyuma yake ambamo alitoa chupa kubwa la pombe kali aina ya John Walker na glasi nne. Akazileta mezani na kuziweka mbele ya kila mmoja. Akafungua na kumimina. "Lazima tusherehekee ushindi." Baadaye akaongeza, "Sitoi ruhusa ya kunywa ofisini isipokuwa inapobidi kufurahi. Mwanadamu hana budi... *Cheers...*"

Kaburu huyu kwa jina aliitwa Von Iron, kwa sura hakutofautiana sana na mtoto mchanga ingawa kiumbo alikaribiana na kiboko aliyeshiba vizuri. Yeye ndiye aliyekuwa kiongozi wa kamati hii maalumu ya BOSS ambayo iliundwa kuzishughulikia kikamilifu nchi za kiafrika 'zinazojitia kichwa ngumu'.

Amekuwa Mkurugenzi Mtendaji wa shirika hili la kijasusi tangu lilipoundwa miaka mingi iliyopita. Mara kwa mara kazi yake imekuwa nzuri kwa wakubwa wake. Haikupata kutokea mpango aliouandaa yeye ukashindwa kutoa mafanikio. Jambo ambalo lilimpa heshima na hadhi machoni mwa weupe na kumfanya jazanda ya mauti katika fikira za weusi. Ni yeye aliyebuni uwezekano wa kuitumia nguvu ya nyukilia kuwaangamiza Waafrika. Hakuwa mwanasayansi, lakini alipewa jukumu la kushirikiana nao, akiwa na uhuru wa kutumia kiasi chochote cha pesa hadi majaribio yalipofanyika na kutoa matunda ya kupendeza.

Kadhalika ni yeye aliyeubuni mpango wa kuwapa ngozi nyeusi baadhi ya wapelelezi wao, kwa kupoteza pesa nyingi katika hospitali zinazofanya *plastic surgery*. Watu hao waliingizwa kwa hila katika vikundi vya wapigania uhuru na kujifanya wenzao huku wakitoa siri zote na hata kuua inapobidi. Mmoja wa watu hao ni huyu ambaye alikuwa akiwafurahisha sasa kwa taarifa zake kutoka Tanzania. Yeye alifanyiwa mabadiliko ya ngozi yake miaka mitano iliyopita, akawa mweusi na kutibua mambo mengi katika chama cha SWAPO na ANC. Majuzi alirudishwa Ulaya ambako alirudishiwa ngozi ya mtu mweupe usoni na mikononi, kisha akatumwa Tanzania ambako waliona ni chimbuko la misukosuko yote dhidi ya utawala wao, na hasa ili wajue nini kinafanyika katika kutapatapa kwa Serikali na wananchi wa Tanzania juu ya mtambo wao wa aina yake ulioko angani baada ya kutoeleweka kilichomtukia mtu wao Chonde hata akafa katika hoteli moja. Zaidi huyu alikuwa amepewa akiba ya kutosha ya zile gololi zinazouongoza mtambo huo kulipua miradi teule, ili wakati utakapowadia waachie pigo hili walilokusudia kulifanya, "pigo la mwisho".

Umaarufu wa Von Iron dhidi ya ngozi nyeusi ulikuwa umechipuka katika roho yake tangu utotoni baada ya kukua katika familia ya kitajiri ambayo iliwatenda Waafrika kama wanyama. Hayati baba yake alikuwa na mgodi wa dhahabu, watumishi wengi walikuwa wakifanya kazi humo huku wakilipwa ujira hafifu mno kiasi cha kuwafanya washindwe kuyamudu maisha, jambo ambalo hakuna aliyeonekana kulijali, hata ikajengeka katika fikira za Von kwamba mtu mweusi ni chombo cha mtu mweupe ambacho hakina haki wala thamani.

Halafu ikatukia maafa katika mgodi. Baba yake alikuwa katika moja ya ziara zake adimu wakati ilipotokea hitilafu hii ambayo hadi leo chanzo chake hakifahamiki. Hitilafu ambayo ilisababisha maafa makubwa kwa wafanyakazi wengi, weusi kwa weupe. Hayati Iron mwenyewe aliponea chupuchupu. Kama asingejitokeza mtumishi wa Kiafrika, mzee mkongwe, ambaye alitumia nguvu zake zote kumtoa katika chumba ambacho kilikuwa kimefunikwa kwa mawe, siku hiyo angeyapoteza maisha yake. Hata hivyo, jukumu hilo lilimgharimu mzee huyo maisha yake kutokana na majeraha mabaya aliyoyapata. Kifo hicho kilimsikitisha sana mzee Iron hata akajitolea kuishi na mtoto pekee wa mzee huyo ambaye alikuwa msichana mzuri, ingawa uzuri huo ulipotoshwa na unyonge aliokuwa nao rohoni. Uamuzi wa kuishi na Mwafrika katika nyumba moja, likiwa jambo geni sana wakati huo, ulileta mgogoro mkubwa kwa familia yake, hasa mkewe. Lakini hilo Iron hakulikubali asilani. Badala yake akazidisha mapenzi kwa msichana huyo huku akiahidi kumpeleka masomoni nje ya nchi.

Halafu ikatokea mzee Iron akafumaniwa na msichana huyo. Ilikuwa habari iliyojaa aibu kubwa masikioni mwa kila mtu mweupe. Lakini Iron hakuona aibu. Alikitetea kitendo chake na kukataa matakwa ya mkewe kwamba msichana huyo yatima afukuzwe. Hata mkewe alipotishia kujiua, Iron hakukubali kumtupia msichana huyo lawama ambazo hazikumstahili. Ikatokea tena. Wakafumaniwa kwa mara ya tatu. Hapo mama Iron hakustahimili zaidi. Alirudi chumbani ambako alichukua bastola na kumwua msichana yule mweusi. Mzee Iron alizirai kwa hasira. Fahamu zilipomrudia aliipokonya bastola hiyo kutoka mikononi mwa mkewe na kumpiga risasi mbili kifuani. Kisha alijilenga kichwa na kufyatua risasi zote zilizosalia. Vifo vyao vilikuwa simulizi kubwa mitaani kwa muda mrefu. Vilimwacha Von katika msiba wa uyatima. Msiba ambao ulizaa hasira dhidi ya mtu mweusi, akijua kuwa ni mtu mweusi aliyemnyima haki ya kuwa na mzazi. Jambo ambalo lilimfanya siku zote awe mstari wa mbele katika kutukuza na kutekeleza taratibu zote za ubaguzi. Daima alikuwa katili, kuliko wakatili, mnyama kuliko wanyama dhidi ya mtu mweusi. Matokeo yake yakawa kupata vyeo ambavyo vilimwezesha kuwa na mamlaka juu ya uhai na kifo kwa kila mtu mweusi katika shirika hili la kijasusi. Wengi waliuawa kwa ajili yake, mengi yaliendelea kufanyika kumkomoa mtu mweusi kutokana na mapendekezo yake. Lakini hakukoma kuendelea kubuni. Mtambo uliokuwa angani ukisubiri kuiharibu Afrika huru ulikuwa moja tu kati ya ubunifu wake.

Pamoja na kutenda mengi ya kikatili, pamoja na kuhakikisha weusi wengi wasio na hatia wakipoteza maisha yao, bado Von hakuona kama viumbe hawa walielekea kumpigia mtu mweupe magoti. Badala yake waliendelea kusimama kiume wakitetea haki yao.

Alipokufa huyu, alizaliwa huyu, wimbo ule ule ukiwa mdomoni. Hata Mandela ambaye alikuwa kifungoni, alipoteswa bado aliendelea kuwa na msimamo ule ule. Hilo kiasi lilimtisha sana kaburu Von. Hakuwaelewa kabisa watu hawa. Wana nini katika damu yao?

Swali hilo lilikuwa likimletea maswali mengine ambayo yalijenga hisi fulani. Maswali yaligongana kichwani mwake. Alikuwa akijiuliza: baba yake alikuwa ameona nini katika nywele kavu, ngozi nyeusi na sura ya kusikitisha ya yule msichana wa Kiafrika hata akadiriki kumuua mkewe na kujiua mwenyewe! Aliwahi kusikia hadithi ya mtu mwingine ambaye alimwacha mkewe na kukimbia na msichana mweusi hadi Marekani ambako walifunga ndoa. Wana nini watu hawa? Iko siri gani ndani ya ngozi zao zinazotisha? Labda ingebidi alifumbue fumbo hili kwa kumpata mmoja ili aonje? Lakini .... mweusi .... Hapana. Mara kwa mara aliyafukuzia mbali maswali hayo ambayo yalimjia bila taarifa hasa alipoukumbuka uyatima wake.

"*Cheers,*" Von aliropoka tena.

Wenzake wakageuka na kumtazama kwa mshangao. Kisha walitabasamu kimyakimya wakiendelea kunywa taratibu. Baada ya vinywaji hivyo, Von aliamua waendelee na kikao chao.

Walivuta mafaili ya suala la Chonde na kuangalia wamefikia wapi juu ya kisa cha kifo chake na wapi zilielekea mali zake. Bado haikueleweka nani alimuua na maiti ya pili chumbani mle ilikuwa ya nani. Zaidi haikufahamika wapi vilienda vitu ambavyo alikuwa navyo, ambavyo ni vya hatari na siri kubwa. Kitu kimoja walikuwa na hakika nacho. Vitu hivyo vilikuwa havikufika mikononi mwa polisi. Jambo ambalo liliwafanya waafikiane kuwa watu waliomuua Chonde na kumwibia pesa nyingi na vitu alivyokuwa navyo ni majambazi wa kawaida, ambao wangevitupa vifaa vile muhimu kama takataka na nyaraka za siri kama uchafu. Ambacho wangejua kutumia ni pesa za Tanzania na za kigeni ambazo zingewachukua miezi mingi kabla ya kuzimaliza.

Pesa hazikuwa tatizo kwa akina Von. Walilitupa suala hilo kando bila kinyongo hasa wakijua kuwa tayari mtu wao mwingine Clay alikuwa nchini Tanzania akiwa na kila kitu kilichohitajika na tayari kwa yote waliyohitaji kufanya. Alikuwa na nafasi nzuri zaidi ya Chonde kwani uongo aliokwenda nao ungemfanya, machoni mwa maafisa wa usalama wa nchi zote za mstari wa mbele za Kiafrika, aonekane kama almasi.

"Nadhani iliyobaki ni kuongeza ulinzi katika mtambo wetu," Von alikuwa akiendelea. "Ingawa Clay yuko kwao na atatuarifu kila wanachokusudia kufanya, lakini kuna mengine watakayoshindwa kumwambia. Ni wazi kuwa watatumwa wapelelezi waje, lakini sitaki warudi. Nadhani tunaelewana."

Akaungwa mkono.

Mara simu ya dharura ikaanza kulia. Ikiwa simu ambayo hulia kwa nadra sana, Von aliinua mkono na kuidaka mara moja. "Von hapa," akanguruma katika chombo cha kusemea.

"Bosi, hapa ni kikosi cha ulinzi wa anga. Ndege zetu za ulinzi zimeizunguka ndege moja ambayo ina watu wanne tu. Rubani na msaidizi wake na abiria wawili ambao ni mwanamke na mwanamume. Rubani wa ndege hiyo anaomba kutua, akidai kuwa ametekwa nyara na abiria hao ambao wamejitambulisha kama Joram Kiango na mpenzi wake Nuru. Tunauliza kama tuwaruhusu kutua au tuwalipue."

"Nani, Joram?" Von aliuliza.

"Ndiyo. Joram Kiango. Yulee..."

Mara Von akalikumbuka jina hilo vizuri. Joram Kiango. Halikuwa jina la kupendeza hata chembe masikioni mwake, ingawa siku mbili tatu zilizopita limesikika kwa namna ya kupendeza kiasi. Joram kuja Afrika Kusini! Baada ya kuharibu mipango yao mingi ya kuikomoa Tanzania! Bila shaka ni kujaribu kujificha baada ya kuibia nchi yake akiba yote ya pesa za kigeni. Vizuri. Tutampa hifadhi ya kudumu. Anaweza kujificha milele katika makaburi yetu. Hatuna roho mbaya.

"Umesema Joram sio? Sikia. Huna haja ya kutumia silaha kubwa. Anaweza kufa polepole. Mwambie atue."

Kwa Afrika Kusini ilikuwa kama nafasi ya dhahabu. Vyombo vyote vya habari vilishangilia kwa nguvu kuwasili kwa Joram na Nuru katika nchi yao. Waliipamba habari hiyo kwa kutia chumvi nyingi juu ya wizi wake. Walieleza jinsi alivyopokonya pesa hizo, alivyozitumia kwa starehe sehemu mbalimbali duniani, alivyofaulu kuwalaghai polisi wote wa dunia, na mwisho alivyoona hana hila zaidi ya kukimbilia Afrika Kusini, ili ajifiche maisha.

"Huu ni mfano hai wa watu weusi kote ulimwenguni," alieleza mtangazaji mmoja wa televisheni. "Hakuna asiyemfahamu huyu Joram. Alijifanya mpigania haki, usawa na usalama wa watu wake. Amesababisha vifo vya watu wengi ambao walikuwa na nia njema ya kuikomboa nchi yake. Ndivyo walivyo weusi wote. Wanawalaghai wenzi wao na kuwafanya waote mikia misituni eti wakidai haki na uhuru. Matokeo yake ni kuwafanya, hao wenzi wao, vijakazi wakati wao wakituna matumbo mara tu baada ya kupata madaraka. Natumai weusi wote mnaodanganywa mtaitumia nafasi hii kuuona ukweli wa mambo. Ngozi nyeusi ni dalili ya laana. Nywele fupi ni dalili ya akili ndogo. Bila hekima na uongozi wa mtu mweupe, Afrika ingekuwa bado gizani, na endapo ataondoka mtu mweupe giza litarudi..."

Hayo yalikuwa yakisemwa baada ya watu kuwatazama Joram na Nuru wakitoka katika ndege iliyowaleta, huku wakiwa wametanguliwa na rubani ambaye walimshikia bastola. Nje ya ndege Joram aliitupa chini bastola yake na kuweka mikono yake juu. Ndipo polisi wa makaburu ambao walikuwa wameuzingira uwanja wakiwasubiri, walijitokeza na kuwakimbilia. Wakawavamia na kuwakagua haraka haraka. Walipoona kuwa hawana silaha nyingine waliwaongoza kuliendea gari ambalo lilikuwa likisubiri. Muda wote huo kamera za televisheni na zile za wapiga picha wa magazeti zilikuwa zikiwaelekea Joram na Nuru kwa ukamilifu. Kama kuna chochote kilichowashangaza watazamaji ni jinsi sura za vijana hao zilivyoonekana tulivu, nzuri, zisizo na dalili yoyote ya *ugangwe* kama walivyotegemea.

Msafara wa gari uliishia katika jumba moja kubwa lenye ghorofa kadha wa kadha. Humo badala ya lifti waliyoingia kuwapandisha juu iliwateremsha chini ambako walijikuta katika chumba kilichoelekea kuwa maalum kwa kuhoji mateka. Askari waliokuwa nao waliwaamuru kusubiri, kisha wakatoka zao na kuufunga mlango. Baada ya muda waliletewa chakula cha vinywaji. Wakala na kunywa.

Baada ya muda kama walivyotegemea, walianza kutembelewa na maafisa wa upelelezi, ambao waliuliza maswali kemkem. Maswali yote waliyajibu kwa ukamilifu kama walivyojiandaa; kwamba walikuwa wameishiwa na hila za kuwaepuka INTERPOL wakaona hawana njia nyingine zaidi ya kukimbilia huku ambako wangehitaji hifadhi. Baada ya maswali yalifuata mawaidha na badala ya mawaidha ikawa kashfa.

"Wewe kama Joram Kiango ambaye nchi yako na Afrika nzima ilikutegemea huoni aibu kufanya ulivyofanya na kuja huku?"

"...Utajisikiaje utakapolazimika kufuata matakwa yote ya ubaguzi na kulazimika kushuhudia Waafrika wanavyonyanyaswa?"

"...Unaweza kukiri hadharani kuwa viongozi wote wa Afrika ni wadanganyifu na hawajui watendalo?"

"...Ukipewa bastola ili umuue mpigania uhuru yeyote atakayekamatwa utafanyaje?"

"...Huyu msichana na uzuri wake wote ni malaya? Mbona anakubali kuandamana na mwizi?"

Yalisemwa mengi zaidi ya hayo. Yako ambayo Joram alijibu kwa namna ambavyo alijua walimtegemea kujibu. Mengi hakuyajibu, akijua kuwa walimtegemea kutojibu. Mengine ilimlazimu kuinama kwa haya akiwa na hakika kwamba walitarajia aone aibu. Baadhi ya maswali hayo aliyakwepa kijanja akijua ni mitego iliyokusudiwa kumnasa.

Kutoka hapo walipelekwa katika chumba ambacho kilikuwa na mitambo mingi ambayo eti ingeonyesha kama walikuwa wakisema ukweli au la. Waliwekwa katika mitambo hiyo na kuanza kuulizwa tena maswali. Yote hayo Joram alikuwa ameyafafanua kwa Nuru kabla hawajaondoka Paris kuja Kinshasa Zaire ambako waliiteka nyara ndege ile ya kukodi. Alimweleza kuwa ambacho mtambo kama huo unaweza kuonyesha ni dalili za moyo kudunda na damu kuchemka mara unapoulizwa swali ambalo litakushtua au unapobuni uongo. Hivyo endapo utazungumza kwa kujiamini haitaonekana dalili yoyote.

Ndivyo ilivyotukia. Saa chache baadaye walikuwa wamechukuliwa na gari kutoka chumba hicho na kupelekwa katikati ya mji ambako waliingizwa katika nyumba moja kubwa na kuelekezwa katika chumba kilichokuwa na vitanda viwili. Humo waliikuta mizigo yao yote. Ingawa mizigo yao ilikuwa kama ilivyokuwa, Joram hakusita kugundua kuwa tayari ilikuwa imekaguliwa kwa ukamilifu. Hilo alilithibitisha mara baada ya kuifungua na kukuta kila kitu kimo isipokuwa furushi la pesa zilizokuwa zimesalia. Hilo pia alilitegemea. Hivyo hakubabaika. Akamwendea Nuru na kumvuta mkono akimwelekeza kitandani ambako alimketisha ili apumzike kidogo.

"Pole," alimwambia.

"Kwa?"

"Usumbufu"

"Mbona bado sijasumbuka. Naamini huu ni mwanzo tu, kuna mengi yanayokuja na nitakuwa tayari kuyakabili yote..."

"Shii," Joram alimnyamazisha, "usijisikie huru kiasi hicho," alinong'ona. "Bado tuko chini ya ulinzi mkali. Yawezekana wanatutazama na kutusikiliza. Kiswahili si lugha ngumu kiasi hicho. Endelea kujihadhari".

Moyoni Joram alikuwa na sherehe kubwa. Alikuwa akishangilia mafanikio ya msafara huu ambao ulienda kama alivyokusudia. Kufika Afrika Kusini na kupata mapokezi yenye hadhi kwa kiwango hiki lilikuwa jambo pekee la pili ambalo alilihitaji sana. Jambo la awali ambalo alihakikisha limefanikiwa kabla hajabandua mguu kuiacha dunia huru na kujitosa jehanamu kiasi hiki lilikuwa kulisafirisha sanduku lake ambalo lilikuwa na kila kitu alichohitaji katika jukumu lililokuwa mbele yake. Kati ya vitu vilivyokuwemo ni pamoja na pesa za matumizi muhimu, silaha aina aina, dawa za aina aina, ramani mbalimbali, ngozi na sura za bandia ambazo zingemfanya aonekane mtu mweupe, na zaidi ya yote vile vijigololi maalumu ambavyo alivipata kutoka kwa hayati Chonde.

Ilikuwa imemgharimu uongo mkubwa na pesa kuweza kulifikisha katika nchi hii. Alikuwa ametumia hila za kumwendea mfanyabiashara wa Kimarekani ambaye alikuwa akisafirisha mizigo yake kuja huku. Baada ya kujijenga kwake kwa urafiki bandia, alijitia kuwa amepata oda ya kuuza dawa za kulevya nchini Afrika Kusini. Mwamerika huyo alikataa kabisa kabisa kujihusisha kwa hali yoyote katika biashara za aina hiyo. Joram alilazimika kumpigia magoti kwa maneno huku akimpa pesa nyingi na kumwahidi sehemu kubwa ya faida. Ndipo sanduku hilo liliposafiri pamoja na mizigo mingine. Na aliarifiwa kuwa limefika salama. Ilimpendeza sana Joram kuona kati ya watu wengi waliokuja kiwanjani kushuhudia wateka nyara wakiteremka mmoja wao alikuwa Mwamerika yule aliyeitwa Moore. Ilimpendeza zaidi kuwa Moore hakuweza kufahamu kuwa mteka nyara huyu ndiye yule aliyekuwa rafiki yake siku tatu zilizopita nchini Ufaransa. Joram akiwa amekariri ramani ya nyumba ya Moore kama anavyokifahamu kiganja chake, alikuwa akiisubiri kwa kiu kubwa fursa ya kuiweka mikononi mwake tena mizigo yake.

Kabla ya kuoga kama alivyohitaji kufanya, Joram alijitia shughuli na kufanya kama anayepanga chumba chake vizuri. Alichokuwa akifanya hasa ni kutafuta kitu au vitu fulani. Na haukupita muda kabla hajakiona alichokuwa akitafuta. Kipande kidogo sana cha kioo kilichokuwa kimejitokeza sakafuni katika pembe moja ya chumba kama kilichosahauliwa na waashi kwa bahati mbaya.

Joram alijua kuwa nyuma ya kipande hicho kulikuwa na nyaya ambazo zilisafiri hadi kwenye mtambo ambao ulikuwa na jukumu la kupeperusha kila wanachoongea na pengine hata kuwaona. Baada ya kuona hayo Joram aliridhika, akijua kuwa alikuwa hana haraka ya kuwa msiri. Alihitaji faragha kwa usiku mmoja tu, na katika usiku huo alijua ambacho angefanya kuufanya mtambo huo ushindwe kuwajibika kwa dakika kadhaa.

Wakaoga. Wakala.

Jasho jembamba lilikuwa likiwatoka maofisa wanne wa Boss ambao walikuwa katika chumba fulani wakiwashuhudia Joram na Nuru katika chumba hicho. Walikuwa wamekaa katika chumba hicho kwa muda mrefu, dhamira kuu ikiwa kupata hakika kama kweli Joram alikuwa hana hila nyingine iliyomleta Afrika Kusini zaidi ya ukimbizi. Taarifa za maofisa wote waliotumwa kuwahoji na ambao walikagua mizigo yao haikuonyesha hila wala ila yoyote. Hata hivyo upinzani uliokuwepo uliishia kuamuliwa wapewe chumba hiki na kuachiwa uhuru kiasi fulani ili waendelee kuchunguzwa. Chumba hicho kilikuwa maalum na siri kubwa isipokuwa kwa maafisa wachache wa ngazi za juu. Ndipo jukumu la kuwatazama Joram na Nuru likawaangukia kaburu Von Iron na wenzake.

Na ndipo walipolazimika kutokwa na jasho. Kwani walichokuwa wakitazama kwa namna moja kilikuwa kama picha ya kupendeza, kwa namna nyingine picha ya kuchukiza, inayotesa na kuadhibu.

Ilikuwa picha ya kupendeza wakati walipokuwa wakiwatazama Joram na mpenzi wake walipokuwa wakitazamana kwa mapenzi pindi wakijiandaa kulala. Ikaanza kuchukiza walipovua mavazi yao na kuketi kama walivyozaliwa wakibusiana. Na ilianza kutesa pindi walipojibwaga kitandani na kufanya mapenzi. Ilichukiza kwa jinsi walivyoyafanya mapenzi hayo kiroho mbaya bila kujali au kujua kama wanatazamwa, kana kwamba walikuwa wakiwaadhibu watazamaji hao makusudi.

Von Iron aliuzima mtambo huo na kulifuta jasho lililojaa katika paji la uso wake. Hakujiamini kuwatazama wenzake machoni, akihofu wasije wakasoma kitu alichokuwa akikiumba akilini. "Tukutane kesho..." aliamuru akianza kutoka nje. Bila ya kuinua macho aliweza kuhisi kuwa wenzake walikuwa wakimhurumia zaidi ya walivyokuwa wakijihurumia wao. Alijua vilevile kuwa wenzake hao walijua kama alivyojua yeye kuwa baada ya kuagana nao angerudi katika chumba hicho.

Alirudi.

Akiwa peke yake alitazama kwa makini na uhuru zaidi, akiisherehekea kila hatua iliyofuata katika mapenzi yaliyokuwa yakiendelea mtindo mmoja juu ya kitanda. Tangu alipokuwa amewaona Nuru na Joram katika televisheni hakujua kuwa wangeweza kuwa wazuri kiasi hiki. Kadhalika hakutegemea kama Mwafrika aliyevua nguo anaweza kuwa kiumbe mzuri kama hawa, aliwategemea kuwa viumbe wa kutisha kama mizimu. Kumbe sivyo.

Aliendelea kuwatazama. Alijipinda na kujinyoosha kwa maumivu na tamaa kubwa huku mkono wake mmoja ukiubembeleza uume wake, mkono wa pili ukiwa umelea kichwa kwa wivu na masikitiko. Starehe au mateso yake yalikoma pindi Joram alipozima taa.

Von alijifariji kwa kuizima mitambo hiyo na kubonyeza ile ambayo ilimfanya akague ulinzi na usalama wa ule mtambo wa nyukilia unaoendesha setilaiti maalumu iliyoko angani ikisubiri kufanya kazi ambayo haitafutika katika kurasa za historia. Aliuona ulinzi ulivyokuwa makini. Askari wanne wenye *machine guns* walikuwa wakipita kwa zamu kulizunguka jengo hilo. Ndani mafundi wenye silaha walikuwa macho wakikagua mwenendo wa mtambo huo kwa makini na uangalifu mkubwa. Von aliweza hata kuona katika *screen* iliyokuwa mbele ya wanasayansi hao setilaiti hiyo ikielea huku na huko katika bahari ya Hindi kando ya pwani ya Afrika Mashariki. Alitabasamu kidogo alipojikumbusha utaalamu wa hali ya juu uliotumika katika kuunda chombo hicho hata kisiweze kuonekana kwa macho ya kawaida.

Kisha alibonyeza mahali fulani kuondoa mtambo huo machoni. Baada yake alibonyeza mahala ambapo palimwezesha kuona gereza la ardhini ambamo mlikuwa na mateka au wafungwa ambao walitakiwa kufa. Humo mlikuwa na kila aina ya mateso. Haikuwepo njia yoyote ya kutoka isipokuwa kwa ufunguo maalumu ambao aliuhifadhi yeye mwenyewe. Von aliwatazama wafungwa hao waliokuwa wakikaribia kufa. Baadhi walikuwa weupe. Mmarekani mmoja ambaye alikuwa mpumbavu kiasi cha kuamua kuwasaidia wapigania haki, Warusi wawili ambao vilevile tabia yao si ngeni na watu weusi watatu. Ni hawa watu weusi ambao walimfanya Von aangue kicheko kwa sauti. Alijiuliza walikuwa wamepatwa na nini hata wakathubutu kujileta huku kama wapumbavu. Mtu atajipelekaje jehanamu na kutegemea kutoka salama? Zimesikika habari nyingi za watu ambao waliwahi kufa kwa siku kadhaa na kufufuka. Watu hao hudai kuwa walipokuwa wafu wamefika peponi na kuwaona malaika. Haijasikika hata mmoja ambaye aliwahi kwenda jehanamu na akarudi duniani. Hawa weusi aliona kama watu waliopenda sana kufa kikatili. Jambo la kusikitisha kwao ni kwamba BOSS aliarifiwa pia tangu walipoondoka Naijeria na Tanzania na kuja Botswana. Iliarifiwa pia walipoanza mbinu za kuvuka mpaka. Hivyo hila zao za mmoja kujifanya mwendawazimu asiyejua analofanya na mwingine kujitia mkimbizi anayeishia kambi ya wapigania uhuru hazikuwa na mafanikio yoyote. Von hakupenda kuwaona ana kwa ana. Aliamua wafungiwe katika chumba cha mauti kusubiri kifo. Hawa walikuwa wawili tu kati ya wanane ambao walikuwa wamekamatwa katika siku mbili zilizopita. Wawili walikuwa wameuawa kwa mateso wakihojiwa. Mmoja alikuwa amejiua mwenyewe kwa sumu baada ya kumvamia askari ambaye alikuwa akimhoji na kumjeruhi vibaya kwa kisu kabla hajameza vidonge ambavyo vilimuua mwenyewe. Wapelelezi hawa walikuwa ni matokeo ya juhudi za kuthibitisha uwezekano wa kuwepo kwa mtambo maalumu unaoziadhibu nchi za Kiafrika. Von alifahamu kuwa bado wangekuja wengi zaidi, weupe kwa weusi, lakini kamwe wasingefika popote pa haja. Na kamwe wasingefika popote kwani zilikuwa zimesalia siku mbili tu kabla ya Afrika huru kuipigia magoti Afrika Kusini na kusubiri vilio na maombolezi yasiyo na mfano. Von alicheka tena, safari hii kwa kujipongeza akijua kuwa haikuwa sifa ndogo kuwa na wadhifa kama aliokuwa nao sasa. Roho za watu wengi kuwa mikononi mwako zikisubiri tamko lako kabla ya kuteketezwa!

Kisha alifunga mtambo huo na kurudi nyumbani kwake. Akiwa kapera ambaye hakujua lini angeoa, alijikuta akikosa usingizi kwa kumfikiria Nuru na kumwonea Joram wivu. Bila ya kufahamu anachokifanya alijikuta akiapa kwa jina la Mungu kuwa asingekufa kabla hajamwonja. "Mara moja tu..." alijiambia. "Nione wana nini wanawake weusi..."

Kesho yake aliamuru Joram na Nuru waletwe katika ofisi yake. Akiwa amezungukwa na wasaidizi wake alijitahidi kuwatazama kwa namna tofauti kabisa na ile iliyokuwa ikipita katika akili yake.

"Sina haja ya kuwahoji chochote," aliwaambia kwa sauti nzito. "Kwa kiasi mlichohojiwa naamini mmeonyesha kuwa mmechoshwa na upuuzi wa hawa wanaojiita viongozi wanamapinduzi katika nchi zenu. Sivyo?"

"Kwa hali hiyo mngependa kuishi huku daima. Msimamo wenu ni wa kishujaa. Nawapenda watu shujaa. Ni hilo ambalo limenifanya niwaacheni hai pamoja na kuwapa heshima ya kuwaita hapa ili niwape habari njema."

Joram akiwa amesimama mbele yake, kamshika Nuru mkono, hakuwa na haja ya kuambiwa huyu ni nani katika nchi hii. Alimfahamu mara moja kuwa alikuwa mkuu wa shirika la kijasusi la utawala huo. Kwa maana nyingine alikuwa adui yake namba moja. Mtu ambaye asingeondoka bila ya kumpa adhabu ya risasi ya kichwa kwa hatia ya kusababisha maafa kwa Waafrika wengi wasio na hatia. Hata hivyo hakuonyesha dalili yoyote katika macho yake alipouliza kwa upole, "Habari njema ipi? Tumeruhusiwa kupewa uhuru zaidi ya huu tulio nao? Tunajiona kama bado tuko kifungoni."

"Mko huru kuliko mnavyostahili," Von alimjibu. "Habari njema niliyotaka kuwapeni ni juu ya uharibifu ambao utazitokea nchi za Kiafrika kesho saa nne mchana endapo hawatawatuma viongozi wao hapa leo kuweka saini mikataba ya kuwa watiifu kwa utawala huu na kutothubutu kuwasaidia wendawazimu wanaodai uhuru Namibia na haki hapa. Kama hawatafanya hivyo hadi saa tatu na nusu za mchana nyie mtapewa heshima ya kushuhudia moja kwa moja ikulu zinavyoungua, majengo yanavyoteketea na watu kupoteza maisha.

Mtabahatika kushuhudia jambo la kupendeza. Jambo la kihistoria."

Macho yote yalikazwa kuwatazama Joram na Nuru. Nao wakifahamu kuwa kuna kitu kilichotakiwa kuonekana katika macho yao, Joram aliruhusu tabasamu ndogo huku Nuru akifuta machozi.

"Ni habari njema," Joram alisema polepole baadaye. "Habari njema..., tunaweza kuruhusiwa kurudi chumbani kwetu?"

SURA YA TISA

Binadamu hajapata kuwa na adui mwingine, mkubwa na katili zaidi ya kifo. Ni kifo peke yake ambacho kimeishinda akili ya binadamu. Hakukosea yule mwanamuziki aliyeimba "kifo ni kiboko yao." Hutokea binadamu akawa na shughuli zote, siku nenda rudi bila ya kukipa kifo wazo lolote hadi kinapomtokea bila ya kutegemea. Ni hiyo sababu pekee inayomfanya mwanadamu asitokwe na jasho la hofu siku zote za maisha yake kwa kuogopa kifo. Kwa kuwa hutokea bila ya kutegemewa.

Hivyo hakuna kifo kibaya kama kifo cha kusubiri siku na saa. Hasa kifo cha kinyama na cha kikatili kama hiki ambacho kilikuwa kikitegemewa na watu kadha wa kadha katika nchi kadha wa kadha za Kiafrika. Leo ilikuwa imewadia ile siku. Siku ambayo Afrika ya Kusini ilikuwa imetoa kuwa ingekuwa ya mwisho kabla ya kuachia pigo la mwisho ambalo lingeiteketeza miji ya nchi za mstari wa mbele.

Pamoja na ukweli kwamba tukio hilo lilikuwa limeamriwa kuwa siri kubwa sana miongoni mwa wahusika, kama yale mengine ambayo huishia katika masikio ya wachache na kutoweka bila ya raia wa kawaida kuyapata, lakini hili kwa njia moja au nyingine lilikuwa limevuja na kuvuka mitaani. Jambo ambalo lilisababisha hali ya mashaka na hofu kubwa mitaani. Wananchi waumini wa dini waliotoroka makazini na kuja katika makanisa na misikiti walitubu madhambi yao yote na kumbembeleza Muumba awanusuru na janga hili.

Wale ambao hawakumwamini Mungu yeyote, walitulia katika vikundi vikundi wakizungumza kwa utulivu. Wachache sana waliamua kuyamalizia maisha yao huku wakinywa pombe katika baa ambazo hazikufunguliwa milango yote.

Viongozi wa Chama na Serikali walikuwa katika vikao dharura wakijaribu kujadiliana. Lolote la haja halikupatikana, japo yalitolewa mapendekezo mengi. Jambo ambalo kila mmoja alitamani kutamka ingawa ulimi ulishindwa kulitoa hadharani kwa aibu, ni ambalo lingewahakikishia watu uhai na usalama wao. Lakini maadamu ungekuwa uhai usio na uhuru, na usalama usio na uhakika na hakuna aliyethubutu kupendekeza hivyo. Iliyobaki ilikuwa kupeana moyo tu kuwa haiwezi kutokea, na endapo itatokea la kufanya ni kujaribu kuepuka majengo ambayo yanaweza kuelekea kuyavuta macho ya muuaji. Ilielezwa pia kuwa kote nchini watu walikuwa wakichimba mahandaki.

Ikulu, Rais na baraza la mawaziri walikuwa katika kikao kirefu. Kikao ambacho kilikuwa kimechukua siku nzima, hata usiku ukaanza kukaribia. Ingawa kilikuwa kikao cha siri sana, lakini ilikuwa dhahiri kuwa chochote ambacho kilikuwa kikijadiliwa hakikufikia ufumbuzi. Mmoja alikuwa amependekeza kwa mara nyingine kuwa nafasi hiyo itumiwe kuvamia Afrika Kusini kijeshi, "Ili tukomeshe kabisa suala hili la kutishwa na kunyanyaswa mara kwa mara. Tutumie majeshi yetu yote ya nchi zilizo mstari wa mbele kuingia nchini humo na kuanzisha utawala halali. Najua, ana jeshi kubwa na silaha kali sana. Lakini wingi wetu utasaidia..." Mapendekezo hayo yalifikiriwa lakini hayakuonekana kama yangekuwa jibu la kuiokoa nchi na kusuluhisha tatizo ambalo lilikuwa mbele likisubiri saa chache litukie. Si rahisi kutumia saa nane zilizobaki kukusanya majeshi na kuyaongoza katika nchi nyingine kwa vita. Zaidi, hatari au mkasa ambao ulikuwa ukisubiriwa ulikuwa ukitokea angani, hivyo uvamizi huo usingezuia maafa hayo. Baraza la mawaziri liliendelea kutulia katika ukumbi huo wa Ikulu. Jengo hilo likiwa moja kati ya majengo kadhaa yaliyokuwa katika orodha ya kulipuliwa ilikuwa kama kwamba Rais na mawaziri wake walikuwa wameamua kukisubiri kifo hicho kwa pamoja; kufa kiofisa...

Binadamu aliyekuwa na hali mbaya kuliko wote hapa nyumbani aliitwa Mkwaju Kombora. Yeye alikuwa akitaabika kimwili na kiakili. Juhudi zake zote, pamoja na wenzake wa kutoka nchi mbalimbali, zilikuwa kama upuuzi. Upelelezi ulikuwa haukuzaa matunda yoyote yale. Na hasa upelelezi huo ulikuwa kama umewafanya wazidi kujipalia mkaa wa moto, kwani ilikuwa dhahiri kuwa kila jambo linalofikiriwa hapa utawala wa makaburu unakuwa na taarifa nalo. Hayo yalimthibitikia alipoarifiwa kuwa wapelelezi wote waliotumwa kuingia nchini Afrika Kusini walikuwa mikononi mwa Makaburu. Ilikuwa kama waliopelekwa kufa makusudi kabisa, Jambo ambalo lilimfanya ashuku mara moja kwamba miongoni mwao alikuwemo chui katika ngozi ya kondoo. Hivyo aliugeuza upelelezi kutoka mstari wa mbele na kuanza kuchunguza mstari wa nyuma. Na haukupita muda kabla dalili hazijajitokeza kuwa huyu mgeni aliyedhaniwa kuwa msamaria mwema, ambaye alileta fununu nyingi kutoka Afrika Kusini angehitaji kuchunguzwa zaidi. Uchunguzi ulifanywa katika vikosi vyote vya wapigania uhuru duniani, katika vyuo na hospitali ambazo alidai amepitia na hata Afrika Kusini. Taarifa zilizidi kuongeza haja ya kutazamwa kwa makini. Na haukupita muda kabla ya watu waliokabidhiwa jukumu la kumwangalia hawajatoa taarifa kuwa alikuwa mtu wa BOSS. Habari hiyo ilimuudhi sana Kombora. Akatoa amri kuwa mtu huyo aliyejiita Clay achunguzwe kwa makini sana, kwani kwa vyovyote leo ilikuwa siku ya mwisho iliyotolewa na utawala huo haramu na lazima angekuwa na jambo la kuarifu kwa mabwana zake.

Baada ya hayo Kombora aliendelea na shughuli katika ofisi yake. Alipokea na kujibu simu na *walkie talkie* nyingi ambazo hakuona kama zilimsaidia chochote. Aliwasiliana na wenzake wa Zambia, Zimbabwe, Angola, Msumbiji, Naijeria na kwingineko kujaribu kuona wamefikia wapi. Hakuna alichokipata zaidi ya yale aliyotegemea. Kwamba wananchi walikuwa wakitaabika na kulalamika mitaani katika hali ya hofu kubwa. Kwamba hata makazini hawakuwa wamekwenda. Ilikuwa kama waliokuwa wakisubiri kifo na maafa hayo. Kwamba watu wengi walikuwa wamefungulia redio na televisheni zao kusubiri habari mbaya kokote Afrika. Na kwamba ingawa vyombo vya habari vya dunia nzima vilikuwa vikiendelea na ratiba zao kama kawaida lakini ilikuwa dhahiri kuwa kuna jambo, zito na la kutisha, ambalo lilikuwa likisubiriwa na kila mtangazaji. Kombora aliachana na taarifa hizo na kuulizia maendeleo ya maofisa ambao aliwakabidhi jukumu la kumtazama Clay na yote anayofanya. Haikumpendeza aliposikia kuwa alikuwa katika hali ya kawaida, kama ambaye hakuwa na lolote la kufanya.

"Endeleeni kumwangalia kwa makini," aliwaamuru.

Ofisi ilikuwa haikaliki. Kila Kombora alipojaribu kutulia juu ya kiti, kiti hakikuelekea kuafikiana naye. Kila alipoinuka ili atoke, hakujua angeelekea wapi. Unawezaje kutulia na huku unahesabu saa kusubiri kifo, au maafa ya kusikitisha ambayo ni aibu kwako, kwa taifa lako na bara lako zima? Aliendelea kutaabika kimwili na kimawazo, akipokea na kusikiliza habari kutoka sehemu mbalimbali. Mara zilimfikia habari za Joram na Nuru kuwa walikuwa wameingia Afrika ya Kusini na kuomba hifadhi ya kisiasa. Kwa Kombora ilikuwa habari ya kushangaza sana. Habari ya kusikitisha. Habari inayotia aibu. Joram Afrika Kusini! Hata hivyo alikwisha choka kushangazwa na habari za kijana huyu anayeitwa Joram. Mambo yote aliyokuwa akiyafanya, ambayo yaliwafikia watu wa habari, Kombora alikuwa ameyasikia au kuyaona katika vyombo vya habari. Angeweza kumsifu Joram kwa mbwembwe zake ambazo zilikuwa zimewafanya polisi wote wa miji mbalimbali ya nchi zilizoendelea washindwe kumtia mikononi. Lakini kila alipokumbuka kuwa mbio hizo za Joram zilikuwa za kukimbiza akiba peke ya pesa za kigeni alizoibia nchi yake alikuwa akijisikia vibaya. Hayo yakifuatwa na tishio lililokuwa likizidi kusogea vilimfanya ajilazimishe kuliondoa jina hilo akilini mwake.

"...Inspekta Kombora anaongea. Namba ngapi hiyo?..." alijibu sauti katika *walkie talkie* iliyokuwa mkononi mwake. Alipotajiwa namba alijikuta akisikiliza kwa makini zaidi. Ilitoka kwa kiongozi wa makachero ambao walikuwa wakifuatilia mienendo ya Clay.

"...Inaelekea kama tutamkamata *red handed* mzee. Sasa hivi anaunganisha mitambo yake ya mawasiliano..."

"Nisubiri. Nakuja mara moja,"

Dakika mbili tatu baadaye, Kombora alikuwa miongoni mwa polisi wanne ambao walikuwa katika chumba fulani katika hoteli ya Kilimanjaro. Chumba hiki kilikuwa cha nne kutoka chumba cha Clay. Hata hivyo kutokana na mitambo waliyotega kitaalamu, japo hawakuwa wakimwona, waliweza kumsikia anavyoongea katika chombo fulani cha kijasusi.

"Sikiliza mzee...sikia..." askari mmoja alimwambia Kombora huku akitweta.

"...Ndiyo. Ndiyo... nimefanikiwa kupanda katika majumba ya kutosha. Moja Ikulu... Hapa Kilimanjaro moja...Jengo la IPS moja...Kitegauchumi....Muhimbili.... Benki Kuu ya muda.... Tipper... Kiwanda cha Urafiki na sehemu mbalimbali muhimu. Tunachosubiri ni saa tu. Ikifika kwa jinsi nilivyotega inaelekea jiji zima litalipuka. Mimi nitaondoka hapa wakati wowote..."

"Unasikia mzee?... Unasikia?..."

Kombora hakusubiri kumsikiliza afisa huyo. Aliwaamuru kumfuata kukiendea chumba cha Clay. Kinyume cha mategemeo yao waliukuta mlango ukiwa wazi. Naye alikuwa kaketi kwa utulivu juu ya kochi, gazeti mkononi. Yeyote ambaye angeingia bila ya kufahamu kinachotokea angemdhania kuwa alikuwa akisoma gazeti.

Aliwalaki Kombora na wenzake kwa utulivu wa kushangaza. "Karibuni. Vipi, mbona ghafula hivyo? Kuna habari mpya?" aliuliza.

"Inuka na uweke mikono yako juu," Kombora alifoka, tayari akiwa na bastola yake mkononi kufanya idadi ya bastola zilizomwelekea kuwa nne.

"Vipi Inspekta! Mbona sielewi?..."

"Mikono yako juu!" Kombora alinguruma.

Clay akainuka na kuweka mikono yake angani.

"Achia gazeti."

Aliliachia. Ndipo kilipoonekana kikasha kidogo chenye ukubwa wa kibiriti ambacho alikuwa nacho mkononi. Kombora alimsogelea na kuiweka bastola kifuani mwake huku akimwuliza kwa ukali, "Nini hicho?"

"Kwa nini Inspekta?... Hiki sikifahamu. Nimekiokota sasa hivi tu"

Jibu hilo lilimchukiza Kombora kupita kiasi. Alijibu kwa pigo zito la ngumi ambalo lilitua barabara katika uso wake. Clay alipepesuka lakini hakuanguka, jambo ambalo lilimshangaza na kuzidi kumchukiza Kombora. Pamoja na umri wake mkubwa hakumbuki lini alipata kumpiga mtu ngumi nzuri kama hiyo na mtu huyo akaendelea kusimama. Akarudi nyuma hatua mbili na kumwamuru askari mmoja amkague. Ni hapo lilipotukia jambo ambalo halikutegemewa. Clay kwa wepesi usiokadirika alikuwa amechomoa kisu na kumchoma askari huyo. Kisu cha pili kilikwaruza Kombora mkononi. Papo hapo alikuwa amechupa mlangoni akienda zake. Lakini hakuwa mwepesi zaidi ya risasi tatu za polisi ambazo zilimfanya aanguke mlangoni kifudifudi. Wakamvuta chumbani na kumlaza kitandani bila kujali damu ambayo iliendelea kumtiririka kutokana na majeraha makubwa ya risasi hizo. Wakamkagua na kumpokonya bastola nyingi na visu sita zaidi.

"Sema haraka, ulikuwa ukiwaarifu nini mabwana zako?" Kombora alimwuliza.

"Itakusaidia nini Inspekta?" alihoji kwa udhaifu na maumivu makali. "Huna unaloweza kufanya. Bado saa chache sana.

"Kama utapenda kufahamu nilikuwa nikiwaarifu mafanikio ya kazi yangu. Nimefaulu kutega katika majengo mbalimbali. Wakati utakapowadia mlipuko utakaotokea utakuwa wa kupendeza sana. Laiti ningekuwa hai nione na kusikia vilio vyenu."

Kombora hakujua aseme nini. Hakujua kama ilimpasa kumtisha au kumbembeleza mtu huyu ambaye kila dalili ilionyesha kuwa angekufa haraka.

"Mpelekeni hospitali!" aliamuru.

"Ya nini Inspekta? Sipendi kufa kwa moto... Naweza kufa kwa njia nzuri zaidi…"

Kombora hakumsikiliza. Akamgeukia askari wake aliyekuwa mahututi. Yeye pia hakuwa na dalili za kuishi sana. Kisu kilikuwa kimemwingia kifuani upande wa moyo. Jambo hilo lilipandisha hasira za Kombora dhidi ya Clay. Akamgeukia na kumtazama usoni.

Alimwona akitafuna kitu. Akakumbuka majasusi wengi wa utawala huo walivyokuwa wakiishi na sumu kali mdomoni. Matumaini ya kupata habari zozote za haja yalikuwa mbali. Akamsogelea na kumwuliza taratibu.

"Sema tafadhali... tunawezaje kuzuia mkasa huu ulioko mbele yetu?"

Clay alicheka kwa maumivu huku akijikongoja kusema, "Labda uchukue furushi moja katika mfuko wangu ukaangalie unachoweza kufanya." Moyoni alifahamu kuwa mfuko huo ulikuwa na akiba nyingine ya vile vigololi, ambavyo alikuwa hajamaliza kuvitega. Hivyo aliamini kuwa Kombora angevifikisha *Central Police* na kulifanya jengo lao liwe moja ya majengo mengi yatakayopigwa na radi hii iliyoundwa na binadamu. Hilo likamfanya ajitahidi kucheka tena kifedhuli huku akisema kwa taabu, "Usijali Inspekta... muda si mrefu tutakutana huko kuzimu... Tutakuwa wengi sana… mimi natangulia…"

Kombora hakuona kama mtu mwenye roho ya kinyama kama huyo alistahili kufa kiungwana kiasi hicho. Hivyo akaichomoa bastola yake na kumsindikiza ahera kwa risasi ya kichwa ambayo ilimfumua kabisa fuvu lake.

Walitazamana kwa macho yaliyojaa hisi. Mmoja akatabasamu, mwingine akainama kwa haya. Mmoja akainua mkono wake na kuutua juu ya paja la mwenziwe. Mwingine akaufunika mkono huo kwa kiganja chake na kuanza kuutomasatomasa kimahaba. Mkono wa pili ukainuliwa na kutua juu ya kifua cha mwenziye, ukitafuta uwezekano wa kupenya, ndani ya mavazi yake. Vijilima viwili, laini, vilivyosimama kwa namna ya kupendeza macho katika kifua hicho havikuruhusu mkono huo kupenya kwa urahisi. Mkono ukaviacha vilima hivyo na kuanza kufungua vifungo vya vazi hilo. Mara kimojawapo cha vilima hivyo kikajitokeza, kikimeremeta kwa wekundu na ulaini wake. Wakatazamana tena. Kisha alikisogeza kinywa chake na kukifanya kimeze chuchu za kijilima hicho. Mdomo ulipohama kifuani ulienda katika kinywa cha mwingine ambako ulianza kunyonya ulimi uliokuwa ukisubiri. Mara wakaachana na kuanza kuvua mavazi yao moja baada ya jingine. Tahamaki wakawa wamesimama kama walivyozaliwa, kila mmoja akishangazwa au kuridhishwa na uzuri wa mwingine. Kisha wakakumbatiana kwa nguvu. Mmoja aliguna, mmoja alinong'ona.

"Nuru..."

"Joram...."

Kitanda kiliwalaki na kuwafariji. Hawakuhitaji shuka. Walikuwa kama walivyohitaji kuwa, wakifanya mapenzi kwa namna ambayo walihitaji. Kwa kiwango ambacho hakikadiriki. Vitendo vyao vilifuatwa na maneno ya mapenzi ambayo yalisikika kwa sauti ya kike, mara chache sana yakijibiwa kwa sauti nzito ya kiume.

Kisha ghafla, vitendo na sauti zao vilitoweka machoni na masikioni mwa mtu ambaye alikuwa akishuhudia kila kitendo chao, "Shit", alifoka mtu huyo kwa jina Von Iron. Alikuwa amefuatilia kila kitendo kwa tamaa kubwa, huku akiburudika. Lakini haikuwa burudani rahisi, kwani kuona huko kulimfanya atetemeke mwili mzima na roho kwa uchu na tamaa, huku jasho likimtoka na damu kuchemka. Alikuwa akijaribu kujifariji kwa kuubembeleza uume wake kwa mkono wake huku macho yake yakiwa yamekazwa kutazama katika mtambo wake. Mkono haukuwa na faraja yoyote; mara mbili aliutoa na kuufuta kwa leso yake kwa jinsi ulivyochafuka kwa manii yaliyokuwa yakimtoka kwa wingi. Alitamani aondoke hapo na kuacha kutazama vitendo hivyo, lakini macho hayakumruhusu. Akaendelea kutazama, akiendelea kujifariji kwa mkono wake. Moyo wake ulikuwa unatutuma na alishindwa kustahimili zaidi. Kichwani alifahamu kabisa kuwa alihitaji kitu zaidi ya mkono kujifariji. Alihitaji mwanamke. Na si mwanamke yeyote isipokuwa yule mwanamke aliyekuwa akimtesa sana. Mwanamke wa Kiafrika; Nuru...

Mwanamke mweusi! Von alikuwa akijishangaza kimoyomoyo. Ana wazimu? Hata hivyo alijua kimoyomoyo kuwa asingestahimili hadi atakapompata. Alijifariji kwa kujiambia kuwa baada ya kutenda naye mara moja tu angemuua, ili yasije yakampata yaliyompata hayati baba yake.

Ni tamaa hiyo ambayo ilikuwa imemfanya akatae katakata madai ya wenzake waliomtaka amruhusu Joram na msichana wake wauawe mara moja.

"Ni jambo la hatari lisilo na busara kumwacha hai mtu hatari kama huyo hasa katika kipindi hiki," mwenzake mmoja alikuwa amemwambia. "Japo amekimbia kwao na hawezi kurudi, lakini ni mtu ambaye hafai kuaminika. Kumwacha hai ni sawa na kuishi na nyoka chumba kimoja."

"Atafanya nini?" Von alikuwa amekanusha. "Hana awezalo kufanya, bado saa chache sana tutamleta katika televisheni atazame nchi yake inavyoteketea. Baada ya hayo tutamchinja kwa urahisi kama kondoo. Usijali. Waache waishi usiku mmoja zaidi."

Usiku ni kitu alichokuwa akikisubiri kwa hamu, akikumbuka yale aliyoyaona usiku wa jana. Na ulipowasili hakuwaalika wenzake kwenda kutazama kwa kisingizio cha "kumchunguza kwa makini". Alienda peke yake. Akiburudika kwa faraja inayotesa.

Hivyo lilikuwa kama pigo kwake, vitendo hivyo vilipotoweka machoni mwake. Aliamini kuwa kulikuwa na hitilafu ya mitambo iliyowaunganisha na chumba hicho. Lakini kwa kuwa mitambo hiyo ilikuwa *automatic,* na ilitegeshwa kwa namna ya kuweza kujirekebisha yenyewe, alisubiri kwa utulivu.

Katika kipindi hicho cha kusubiri ndipo lilipomjia wazo la kuyafikiria mambo ambayo yangetokea mara tu baada ya usiku huu. Kesho, wakati kama huu bila shaka nchi kadhaa za Kiafrika zitakuwa katika maombolezi makubwa huku majeneza yakiwa yamejaa maiti zilizoungua na hospitali zikishindwa kuhimili idadi ya majeruhi watakaoponea chupuchupu. Mpango huo uliotokana na ubunifu wake ulipita kwa taabu sana baada ya wakubwa kulalamika kwamba ulikuwa wa kikatili mno. Lakini yeye Von na wenzake wachache walifaulu kuwashawishi na wakaafiki baada ya kuwakumbusha tena na tena kuwa ANC ilikuwa haifanyi mchezo. Ilikusudia kupokonya utawala, jambo ambalo lingewatia weupe wote mashakani. Chama hicho kinapewa onyo kali, onyo ambalo kamwe lisingeweza kusahauliwa. Dawa ya moto ni moto... Na sasa wakati huo wa kutumia dawa hiyo, iliyokuwa ikichemshwa kwa muda mrefu na gharama kubwa, ulikuwa unawadia. Lipi lingeweza kumpendeza Von zaidi ya hilo? Nani angeweza kufurahi zaidi yake?

Mara akasikia kucheka kwa furaha. Alijisikia kusherehekea kila chozi litakalotoka katika uso mweusi. Kwani machozi hayo kwake yangekuwa faraja ambayo ingemsahaulisha ukatili wa mtu mweusi ambaye alimfanya awe yatima. Kwa ajili ya malaya mmoja mweusi, maelfu ya weusi yatateketea, aliwaza. Watakilipia kifo cha mama yake mpendwa. Pamoja nao Joram Kiango na msichana wake... aliendelea kuwaza. Lakini kabla ya kifo chao lazima ampate huyu msichana anayeitwa Nuru. Aliyoyaona kwa macho yake yalikuwa hayastahimiliki. Alihitaji kuyaona kwa vitendo. Alihitaji kuijua siri iliyomo katika ngozi hii nyeusi. Siri ambayo ilimfanya amkose mama na baba milele. Baada ya hapo ndipo Nuru angemfuata Joram ahera.

Mawazo hayo yalimpandisha mori hata akakumbuka kuyarejesha macho yake katika *screen* iliyokuwa ikimwonyesha chumba cha Nuru na Joram. Hakuona chochote. Mitambo bado ilikuwa haifanyi kazi. Akaitazama saa yake. Ilikuwa ikikaribia saa kumi za alfajiri. Saa mbili zilikuwa zimepita tangu mitambo hiyo ilipokorofika. Von hakuamini. Isingewezekana kuwa mitambo hiyo iwe haifanyi kazi kwa muda wote huo. Ilikuwa imepangwa kuwa ingeweza kujiwasha yenyewe dakika tano tu baada ya kila hitilafu. Vipi leo ikatae? Na hasa akiwemo Joram Kiango ambaye pamoja na matatizo yote aliyokuwa nayo ilikuwa imeamriwa kuwa asiachwe huru zaidi ya dakika tano?

Hima Von aliinua simu na kuzungusha namba za mmoja wa makachero waliokuwa wamepewa jukumu la kulala macho katika jumba hilo alilokuwemo Joram. "Sikia", Von alimwambia kwa sauti ya amri, "tumia kisingizio chochote uingie katika chumba chake. Humo ndani fanya kila hila uone kwa nini mashine hii imegoma kazi".

Mtu huyo, akiwa anaijua vizuri kazi yake, alivaa ovaroli lake jeupe na kuchukua vifaa vya umeme hadi chumbani kwa Joram. Aligonga mlango kama kawaida. Kisha akagundua kuwa ulikuwa wazi. Akaufungua polepole na kuingia. Macho yake yalidakwa na umbo la Nuru akiwa kavaa vazi la kulalia, jepesi kiasi cha kufichua umbo lake zuri la ndani kwa kiwango cha kutosha. Kando ya Nuru alisimama kijana wa Kizungu ambaye alikuwa kavaa nguo zake zote, suti, kama ambaye alikuwa hajalala kabisa. Fundi huyo bandia alidhani kuwa kabla ya kubisha hodi mara ya kwanza alikuwa amewasikia wakicheka. Lakini hayo yalimtoka akilini mara alipomwona msichana huyo akiangua kilio huku akisema kwa kwikwi.

"Afadhali umefika fundi, nadhani utanisaidia."

"Kuna nini?" kachero huyo aliuliza.

"Huyu hapa," Nuru alisema akiuelekeza mkono kwa Mzungu aliyesimama kando kwa utulivu. "Huyo ameingia humu chumbani kwa nguvu na kutaka kuninajisi. Mtoe nje tafadhali."

"Yuko wapi bwana wako?"

"Yuko bafuni".

"Anafanya nini huko kwa muda wote huu?" aliuliza fundi bandia huku akizidi kumkodolea Nuru macho yenye tamaa. Mara macho yake yaliuona mfuko uliokuwa wazi kando ya kabati. Akaona vitu vilivyokuwemo. Aligutuka kidogo na kuruka nyuma huku akiupeleka mkono wake mgongoni kuichukua bastola yake. Alikuwa amechelewa sana. Wakati huo huo kisu kilikuwa kikipenya katika kifua chake.

Pigo la pili lilimfanya ateremke sakafuni bila ya ubishi. "Mzungu" aliyekitumia kisu hicho alikitupa uvunguni na kuifuta mikono yake kwa shuka.

"Fanya haraka Nuru," alihimiza akiirudia maiti na kuilaza vizuri kando ya kitanda.

Dakika chache baadaye mlinzi aliyekuwa akililinda jengo hilo kwa mlango wa nyuma aliwaona vijana wawili Wazungu mvulana na msichana wakimjia. Mikononi walikuwa na mizigo yao ambayo haikuwa chochote zaidi ya mifuko midogo midogo.

"Tunawahi uwanja wa ndege," alieleza kijana wa kiume. Ingawa walizungumza Kiingereza kamili mlinzi huyo alishuku jambo katika sauti hiyo. Hasa akiwa analifahamu jengo hilo lilivyo hakuamini kuwa walikuwa wasafiri wa kawaida. "Naweza kuona vitambulisho vyenu?"

"Bila shaka", alijibu mwanamume akiutia mkono wake mfukoni. Ulitoka na kisu ambacho kilididimia katika kifua cha mlinzi huyo. Maumivu makali yaliyochanganyika na mshangao vilimfanya aifyatue bunduki yake bila shabaha yoyote. Mara akaanguka chini na kukata roho.

Mlio wa bunduki alfajiri tulivu kama hiyo, uliwashtua watu wengi. Zaidi yao wote alikuwa Von Iron.

Alikuwa bado kaketi katika chumba kile kile akisubiri matokeo ya mtu aliyetumwa chumbani kwa Joram. Alisubiri kwa muda ambao aliuona mrefu kupindukia. Alipojaribu kuwasiliana naye kwa *walkie talkie* ndogo iliyokuwa imevaliwa kama saa ya mkono hakupata majibu yoyote. Akaendelea kusubiri. Na katika subira hiyo ndipo alisikia mlio wa bunduki ambao hakuutegemea.

Akafanya hima kumtuma kachero mwingine katika chumba hicho. Mara moja akapata majibu ambayo yalimfanya atokwe na jasho jembamba.

Dakika chache baadaye alikuwa miongoni mwa maafisa sita wa ngazi za juu katika BOSS ambao walisimama chumbani humo mbele ya maiti ya mwenzao ambayo ililala sakafuni juu ya dimbwi la damu nzito. Joram hakuwemo wala msichana wake. Vitu vyao vichache vilikuwa vipo, ingawa baada ya kupekuliwa havikuonekana na chochote cha haja zaidi ya mavazi na vitabu. Katika vitabu hivyo kilipatikana kitabu kimoja cha *Physics* ambacho kilionekana kuwa kilisomwa sana kwa jinsi kilivyokuwa kimepigiwa mistari chini ya maneno fulani.

Baada ya uchunguzi mdogo ilidhihirika kuwa msomaji alikuwa akizingatia mambo ya setilaiti na nyukilia. Hilo liliwafanya waunge mbili na mbili na kupata nne.

"Ana wazimu," Von alifoka. "Kama amekuja hapa akiwa na ndoto ya kufahamu chochote juu ya setilaiti yetu hii maalumu wazimu unamsumbua. Amekuja kuinadi roho yake." Akawageukia wenzake na kuwatazama kwa lile jicho lake kali la kutisha; jicho ambalo lilikuwa msingi uliowafanya waendelee kumwogopa na kutomkosoa. "Mnasikia? Mtafuteni haraka, aletwe hai, atakufa taratibu kama mbwa wenzake."

Kabla hawajatawanyika kutoka chumbani humo, ziliwafikia habari nyingine mbaya zaidi. Imeokotwa maiti ya mmoja wa walinzi wa jengo hili ikiwa na kisu kifuani. "Aliuawa kwa aina ya kisu ambacho kimemuua huyu," alieleza kachero huyo.

"Mnaona?" Von alinguruma. "Sasa namtaka akiwa hai au maiti. Haraka iwezekanavyo, tafadhali..."

Ulitangazwa msako mkali katika jiji la Johannesburg. Mitaa yote ilifurika kwa makachero ambao walikuwa wakichunguza kila uchochoro.

Ilikuwa siku ngumu mno kwa watumishi weusi ambao walilazimika kuwahi makazini asubuhi hiyo. Wengi wao waliambulia kuishia katika vituo vya polisi ambako waliteswa na kusumbuliwa kwa kosa ambalo hawakulifahamu. Mtu au watu waliokuwa wakitafutwa hawakupatikana. Badala yake, hadi mapambazuko kulikuwa na taarifa ya vifo vya watu wanane zaidi.

Watano wakiwa wameuwa kwa visu, watatu kwa risasi za bastola. Wengi kati ya marehemu hao walikuwa watu wakubwa katika ofisi zao au walinzi wa majumba fulani fulani yenye umuhimu mkubwa. Ilikuwa dhahiri kuwa hiyo ilikuwa kazi ya Joram Kiango.

Von alizidi kupandwa na hasira. Hakuelewa kabisa dhamira na manufaa ya mauaji hayo. "Wazimu unamsumbua," aliwaza. Kisha alihisi kuwa ameelewa. Joram alikuwa akilipiza kisasi dhidi ya maafa yatakayozipata nchi za Afrika saa chache baadaye. Bila shaka alikuwa akijifariji kwa kumwaga damu zisizo na hatia. "Anajisumbua," Von alisema. "Atalazimishwa kutazama katika televisheni, moto utakavyoiteketeza Dar es Salaam. Baada ya hapo ndipo atakapokufa kifo cha kusikitisha..."

Von akaamuru msako mkubwa zaidi uongezwe. Polisi wote na jeshi la ulinzi wakaingizwa katika msako huo. Kila mmoja alikuwa ameambiwa anamtafuta nani na afanye nini baada ya kumpata. "Akileta ubishi muue vinginevyo mlete hai."

Ingawa Von alitegemea habari hiyo kuwa siri, lakini hakufahamu vipi ilivyofikia masikio ya watu wa habari. Ilimshangaza televisheni ilipokatiza matangazo yake ya kawaida na kueleza kutoweka kwa Joram Kiango na mauaji aliyokuwa akifanya. Ikatolewa picha ya Joram na msichana wake walipokuwa wakishuka kutoka ndege iliyowaleta nchini humu ikiwa imetekwa nyara. Pia baadhi ya maiti aliowaua zilionyeshwa.

...Jihadhari naye. Ukimwona muue kwanza, muulize maswali baadaye... alieleza mtangazaji wa kipindi hicho.

Tangazo hilo liliamsha hofu ambayo haikupata kuonekana katika jiji hilo. Watu walizidi kubabaika, wakiogopa hata kuifungua milango yao ilipogongwa na yeyote. Wako ambao hata kazini hawakutaka kwenda.

Ilibidi dakika chache baadaye Von ajitokeze katika televisheni na kuwataka wananchi wasiwe na hofu yoyote. Kwamba kutoroka kwa Joram lilikuwa tatizo dogo sana ambalo lingerekebishwa kwa muda mfupi. Akawafahamisha kuwa badala ya hofu leo ingekuwa siku yao ya kufanya sherehe; kwani Afrika na dunia nzima itaziona nguvu za Afrika Kusini. "Wote ambao wamekuwa wakionea kijicho na kuitesa nchi yetu leo watatupiga magoti," aliendelea. "Tulieni, msiwe na wasiwasi wowote. Ikifika saa nne fungueni redio na televisheni zenu muone..."

Watu hao ambao walikuwa wakitafutwa kwa udi na uvumba, alfajiri iliwakuta wakiwa wamesimama mbele ya hoteli moja ndogo katika mtaa ambao ulijaa watu waliokuwa wakijadiliana. Macho yao yaliwatazama raia hao wa makaburu waliojaa wasiwasi kwa dhihaka. Kadhalika waliwakebehi askari na polisi ambao walikuwa wakipita huku na huko katika mitaa na vichochoro huku wakiwapita bila ya kuwatupia macho. Isingekuwa rahisi kwa mtu yeyote kuwashuku kwa urahisi. Pamoja na kukesha, pamoja na kuchoka kwa kazi ya kwenda hapa na pale, huku wakilazimika kuua na kuua tena, bado walijitahidi kuwa katika hali ya kawaida kama raia yeyote wa kawaida katika nchi hiyo. Hali ambayo ilitokana na mavazi waliyovaa pamoja na rangi yao.

Yeyote aliyewaona aliamini kuwa alikuwa akiwaona vijana wengine wa kikaburu. Hayo yalikuwa matokeo ya moja ya shughuli nyingi ambazo Joram alikuwa amefanya kwa gharama kubwa sana alipokuwa akisafiri hapa na pale katika miji mbalimbali. Alikuwa amempata mtaalamu ambaye aliwatengenezea ngozi za bandia zilizovaliwa usoni, mikononi na kufunika vichwa vyao kwa nywele za Kizungu. Vitu hivyo ni miongoni mwa mali zake ambazo alikuwa amezisafirisha kwa hila kwa kumtumia yule Mmarekani Moore.

Kwa ujumla, Joram aliona kuwa mambo yote yalikuwa yakienda kama yalivyopangwa, ingawa kiasi yalianza ghafula kuliko alivyotegemea. Alishtuka sana jana alipoambiwa na yule kiongozi wa BOSS kwamba leo saa nne wangeilipua Dar es Salaam na miji mbalimbali ya nchi za Kiafrika kwa ile silaha yao hatari iliyoko angani. Hivyo hakuwa na simile tena moyoni. Ndipo alipolazimika kufanya mapenzi ya hali ya juu na Nuru, akiwa na hakika kuwa anatazamwa kwa ule mtambo wao ambao alikwisha uona. Alifanya hivyo ili kuwapumbaza watazamaji hao. Baada ya hapo ndipo alifanya hila kuukorofisha mtambo huo. Katika kipindi hicho cha kutoonekana aliondoka na kupenyapenya kwa hila katika vichochoro hadi nyumbani kwa Moore ambako alibisha mlango na kufunguliwa na Moore mwenyewe. Alipoomba mzigo wake Moore alikanusha kabisa kwamba hakuwa amechukua mzigo wa mtu kama huyo. Lakini ngumi mbili tatu zilimfanya amwongoze ghalani ambako Joram alimvamia na kumfunga mikono na miguu, kisha akaufungua na kuchukua vile vitu vya muhimu tu. Akarudi haraka hadi chumbani kwake ambako, akisaidiwa na Nuru, walipekuapekua na kupata ramani walizoziandaa, pesa, na vitu vingine vingine. Ni wakati Joram alipomaliza kujivisha ngozi hizo zilizomfanya aonekane kama alivyo sasa, alipoingia yule kachero wa kwanza. Hila aliyoitumia Nuru ya kujifanya kuwa alikuwa akipambana na "Mzungu" aliyetaka kumnajisi ilimsaidia sana. Ndipo kachero huyo alipopata kile alichostahili kupata. Naye akafanya haraka kumsaidia Nuru kuvaa "Uzungu" wake na alipokamilika walivichukua vilivyokuwa muhimu na kuingia mitaani.

Wakiwa wameikariri ramani hiyo kikamilifu kazi waliyoifanya mitaani humo ilikuwa ya kufuata yale majengo waliyokusudia na kutega vile vigololi vilivyopatikana kwa Chonde na kuvitegesha katika kipindi cha saa tatu kamili. Walikuwa wameifanya kazi hiyo kwa ukamilifu kuliko walivyotegemea. Watu wachache ambao walilazimika kupoteza maisha ni wale ambao walishuku jambo au kujaribu kuwazuia kufanya kazi yao. Wakiwa hawajui kuwa wanapambana na nani watu hao walikufa kwa utulivu kabisa, isipokuwa yule ambaye kifo kilimtetemesha hata akaamua kuruka dirishani kutoka ghorofa ya nne akiwa na kisu kifuani.

Sasa kazi ya kutega vigololi ikiwa imekwisha, Joram alimtazama Nuru na kumnong'oneza, "awamu iliyobaki ni yangu peke yangu. Ni lazima niingie katika mtambo wao na kuulipua. Nikiweza kuulipua kabla ya madhara tuliyoaandaa katika jiji hili kutokea litakuwa jambo jema sana. Nikishindwa, mioto itakapoanza nenda pale ambapo nimekuonyesha katika ramani ukanisubiri."

"Hatuwezi kwenda wote?"

"Haiwezekani. Tumelijadili hilo mara nyingi sana."

Wakakubaliana.

Kisha Joram alijiingiza miongoni mwa watu waliokuwa wakipita katika mitaa hiyo akielekea ilikomweleza ramani yake. Mwendo wake ulikuwa wa haraka na uhakika, ingawa alifahamu kikamilifu ulinzi mkali uliokuwa umeuzunguka mtambo huo. Matumaini ya kurudi yalikuwa ndoto isiyo na hakika. Hakujali. Asingejali kufa, endapo tu kifo hicho kingetokea baada ya kufanikiwa kutega mabomu yake katika mtambo huo. Aliamini kuwa Nuru asingeshindwa kurudi Tanzania katika msukosuko mkubwa utakaoutokea mji huu saa mbili na nusu baadaye.

Nuru alikuwa amemwacha Joram kuondoka kwa hatua chache. Mara tu alipoamini kuwa asingegeuka tena kumtazama alianza kumfuata.

Hakujua kuwa yeye pia alikuwa akifuatwa na watu wanne wenye silaha kali mikononi na mioyo yenye hofu na hasira dhidi yake.

SURA YA KUMI

Mkoba wake wenye silaha zake zote ukiwa umetulia mkononi, kwa utulivu na uhakika kama mzigo wowote ambao haukuchukua chochote cha haja, Joram alipiga hatua moja baada ya nyingine katika mitaa ya mji mkuu wa Afrika Kusini. Alipishana na wengi akiandamana na wengi; wenye misafara yao.

Kitu fulani katika damu yake kilimnong'oneza kuwa anafuatwa. Hilo halikumshangaza. Tangu alipoachana na Nuru alifahamu fika kuwa angepinga ushauri wake wa kwenda kumsubiri pale alipomwelekeza hadi atakapoimaliza awamu hii ya mwisho ambayo ilikuwa ya hatari mno. Akiwa ameshangazwa na ushujaa wa msichana huyu, jinsi alivyokuwa tayari kuihatarisha roho yake kwa hiari, aliamini kabisa kuwa asingekubali kuikosa fursa hii ya mwisho. Fursa ambayo endapo ingefanikiwa isingefutika katika kurasa za matukio muhimu ya kihistoria duniani. Hivyo hakujishughulisha kugeuka nyuma, kwa hofu ya kuwafanya makachero ambao aliamini wamezagaa kote mitaani wakimtafuta kumshuku. Badala yake aliendelea na safari yake huku akitafuta nafasi na wasaa ambao ungemwezesha kumtia Nuru chenga ya mwili. Hakuumaliza mtaa huo kabla fursa hiyo haijajitokeza. Katika kona ya mtaa huo Joram alikuta mahala ambapo palikuwa na ajali ya magari matatu yaliyogongana. Watu wengi walikuwa wamejazana kuitazama ajali hiyo. Kati yao Joram aliweza kuona nyuso za watu wenye dalili ya ukachero na uaskari. Hakuwajali. Badala yake alijitia mmoja kati ya raia waliokuwa wakiitazama miili ya madereva wawili ambao hawakuwa na dalili ya uhai. Aliitumia fursa hiyo kutoa kofia mfukoni na kuiweka kichwani, pamoja na kuyafunika macho yake kwa miwani ya jua. Kisha alijipenyeza katika kundi hilo na kutokea tayari akiwa amemchanganya Nuru. Hivyo akaendelea na safari yake, mluzi mdomoni, tabasamu usoni na hadhari moyoni. Baada ya mitaa kadhaa aliumaliza mji. Kwa mbali aliweza kuona jengo lenye mtambo aliokuwa akiuhitaji. Ili kuthibitisha alitumia hila kuitazama ramani yake. Hakuwa amekosa. Akaendelea na msafara wake akianza kiijikumbusha kwa mara nyingine hila ambazo aliziandaa ili zimwezeshe kufanikisha jukumu lililokuwa mbele yake. Moyoni alijua kabisa kuwa alikuwa akikaribia mbele ya domo la mauti lililo wazi; kuingia ilikuwa wajibu wake, lakini kutoka kinywani humo akiwa hai ni jambo ambalo hakuwa na hakika nalo. Hakuogopa. Lakini kutokuogopa hakukumfanya astahimili kujikuta akitokwa na sala ndefu kimoyomoyo. Jambo ambalo hakumbuki kwa mara ya mwisho alilifanya lini.

"*Bado yuko mbele yetu mzee...*" taarifa ilimfikia Von Iron ambaye alitulia katika ofisi yake, mara kwa mara akitazama saa yake ya mkono. "*...Tufanyeje mzee? Tumuuue?...*" sauti iliendelea.

"Nimesema mwacheni," Von alinguruma katika *walkie talkie* iliyokuwa mbele yake. "Mfuateni hadi mtakapopata nafasi nzuri mumkamate. Tunamtaka hai."

"*Anaelekea kuwa anaweza kuleta madhara, mzee. Anaweza kuwa na silaha...*" sauti iliendelea.

"Unataka kuniambia kuwa wanaume wanne

mnashindwa kumkamata malaya mmoja tu wa Kiafrika?"

"*Sivyo mzee. Lakini...* "

"Lakini nini? Mnachotakiwa kufanya ni kumleta hapa akiwa hai, ili atueleze wapi alikotorokea Joram Kiango. Mkishindwa kufanya hivyo nadhani hamtashangaa kwa lolote litakalowapateni," alimaliza na kufunga redio hiyo.

Taarifa ya kuonekana kwa Nuru ilikuwa imemfikia nusu saa iliyopita. Fununu iliyosaidia kupatikana kwake ililetwa na mtu aliyefia hospitali baada ya kuruka dirishani kwa maumivu ya kisu. Kabla ya kukata roho, mtu huyo alifaulu kutamka kuwa aliuawa na msichana wa Kizungu mwenye lafudhi ya Kiafrika. Wakagundua kuwa mafanikio yote ya Joram yalitokana na hila ya kujifanya Mzungu. Ndipo wakauelekeza upelelezi kwa namna nyingine. Haukupita muda kabla hajatiliwa mashaka msichana huyu ambaye alikuwa akitembea mitaani kwa namna ambayo si ya kawaida kwa wasichana, asubuhi kama hiyo. Mtu alimsogelea. Akamsalimu. Majibu aliyopata yaliutia kasoro Uzungu wake kutokana na lafudhi. Mwingine alimkaribia. Akajitia kukosea na kuugonga mkoba wake, kisha aliinama mbio mbio kumsaidia kuokota. Alishangazwa na wepesi wa msichana huyo katika kuuokota mkoba huo. Alimtazama vizuri zaidi. Akaona dalili ya Uzungu bandia katika uso na mwili wake. Ndipo akaandamwa, bila ya yeye kufahamu, dakika yoyote akiwa tayari kupigwa risasi, endapo Iron angeafiki...

Iron hakuwa tayari kuafikiana na makachero hao waliojaa hasira na uchu wa kumuua Nuru. Hakuafiki kwa kuwa yeye pia alijawa na uchu moyoni. Uchu wa kumpata Nuru akiwa hai. Uchu wa kuonja kile ambacho alikuwa ameambulia kushuhudia kwa macho tu. Ndiyo, kufa Nuru alikuwa hana budi. Lakini angeweza kufa baadaye. Hakuiona sababu yoyote ya kufanya haraka.

"Bosi tumeamua kumnasa...." taarifa ziliendelea kumfikia.

"Mkamateni".

Mara zikasikika purukushani katika chombo hicho. Zilifuatwa na milio ya risasi tatu. Moyo wa Iron ulidunda kwa hofu. Asingevumilia endapo msafara wa risasi hizo ungeishia katika mwili wa Nuru kabla...

"Bosi, amemjeruhi mtu wetu... Turuhusu tummalize..."

"Nasema mleteni akiwa hai," Iron alinguruma.

Mara chombo cha mawasiliano kikazimwa. Dakika chache baadaye mlango wa ofisi ya Iron ulifunguka na kumruhusu msichana ambaye alikuwa akisukumwa kwa mitutu ya bastola nne kuingia chumbani humo huku akipepesuka. Alikuwa hai. Lakini jeraha la kisu katika mkono wake wa kulia, kuchubuka shavuni, na uvimbe usoni, vilidhihirisha kuwa aliupigania uhai wake kwa gharama kubwa.

"Ameua watu wawili," kiongozi wa msafara huo alieleza.

"Atajuta..." lilikuwa jibu pekee la Iron.

"Amegoma katakata kueleza alikojificha mwenzake."

"Ataeleza."

Makachero hao kiasi walishangazwa na tabia hiyo mpya ya kiongozi wao. Hakuwa Von Iron waliyemfahamu. Von Iron waliyemfahamu angekuwa wa kwanza kutamka kwa ukali "ua". Na endapo kifo kisingetokea mapema Von Iron waliyemfahamu angekuwa akishuhudia ukatili wa hali ya juu ukitendeka katika mwili wa msichana huyu jeuri. Msichana ambaye alitisha hasa kwa jinsi ngozi yake bandia ilipobanduka hapa na pale kwa purukushani na kufanya mabaka ya ngozi yake asilia yajitokeze kwa namna ya kuchekesha na kutisha kiasi.

"Sikieni," Von aliwaamuru. "Huyu niachieni mimi. Nitajua la kumfanya. Fanyeni hivi, endeleeni kumtafuta Joram Kiango. Mkimpata namtaka vilevile. Hai au maiti. Sawa?"

"Sawa bosi," waliafiki wakitoka mmoja mmoja baada ya kutazamana tena kwa mshangao.

Walipobaki peke yao, Von Iron alikiacha kiti chake na kumsogelea Nuru. Akamkazia macho yake makali. Mara alilazimika kuyainamisha macho hayo mara moja baada ya kuona kitu ambacho hakupata kukiona katika macho ya msichana yeyote. Kitu kisichoelezeka kwa ukamilifu. Kitu kama nuru ya aina yake ambacho kilifunua mapazia fulani na kuacha barabara ndefu inayoelekea kusikojulikana. Kilichomfanya Iron ayaepuke macho hayo ni zile hisia za kutatanisha ambazo zilimjia ghafla zikimfanya ajihisi kama anayeifuata barabara hiyo akielekea huko ambako hakujulikani, katika dunia nyingine inayotatanisha.

"Una habari kuwa maisha yako yamo mikononi mwangu?" Von Iron aliuliza. Hakupata jibu, jambo ambalo lilimfanya ainue tena macho na kumtazama Nuru.

Ile nuru ya kutisha aliyokuwa ameiona awali katika macho hayo haikuwemo tena. Badala yake alikutana na macho yale yale aliyoyategemea. Macho ambayo alitamani kuyaona. Macho ya msichana, yenye dalili zote za usichana. Mara akawakumbuka marehemu wazazi wake. Akakumbuka kuwa ni kitu fulani katika maumbo ya msichana mweusi kama huyu ambacho kiliwafanya waondoke duniani kwa aibu na uchungu. Kitu ambacho yeye Von alikuwa akikitamani, ili akione au kukionja. Leo ilikuwa fursa ya kipekee. Atamtumia msichana huyu kumfunulia siri hiyo, kisha angemwua baadaye.

"Una habari kuwa maisha yako yamo mikononi mwangu?" alilirudia swali lake.

Bado Nuru hakumjibu. Aliendelea kusimama pale pale alipokuwa, uchovu ukimsumbua, maumivu yakimtesa. Moyoni hasira kali ilikuwa ikichemka dhidi ya watu hawa. Hakuwa na shaka kuwa maisha yake yalikuwa ukingoni. Lakini si hilo lililomtia hasira. Hasa alisikitika kwa kule kuona kuwa amekamatwa kabla ya kazi ya mwisho kukamilika. Japo alikuwa na hakika kuwa Joram alikuwa hajakamatwa. Lakini aliamini kuwa ingekuwa haki yake kushirikiana na Joram bega kwa bega katika awamu ya mwisho kama walivyofanya katika ile ya awali. Kiasi vilevile alikuwa akijiuliza kama hakuwa amefanya makosa kwenda kinyume cha matakwa ya Joram na kumfuata kwa siri badala ya kumsubiri kama alivyoamriwa. Alijua wazi kuwa ni kitendo hicho ambacho kilikuwa kimemtia mashakani.

Hata hivyo, hakuwa na hofu kubwa sana juu ya maisha yake. Hakuamini kuwa kifo kilikuwa karibu kiasi hicho. Mipango waliyokuwa wameiandaa ilimtia hakika kuwa itatokea fursa nzuri ambayo angepata mwanya wa kutoroka hadi nchi jirani za mstari wa mbele. Imani hiyo ilijengeka katika moyo wake mara alipojikuta amezungukwa na askari wenye silaha, lakini wakiwa hawana dalili ya kuzitumia silaha hizo dhidi yake. Hata baada ya yeye kutoa bastola yake na kuua wawili kati yao, aliona wakifyatua silaha zao kwa dhamira ya kumtisha tu, akajua kuwa walimtaka hai, ili wamlazimishe kutoa siri fulani. Hivyo hata alipozidiwa nguvu, baada ya kuvamiwa na kupigwa sana, hakuwa na shaka sana.

Na hasa huyu mtu mnene anayeonekana kama kiongozi wao. Huyu ambaye tamaa ya kimwili ilikuwa wazi katika macho yake. Kosa analofanya huyu la kumtamani lingeweza kabisa kusaidia kuyaokoa maisha yake na ya Joram Kiango. Alichohitaji ni muda kidogo.

Suala hili la kupendwa au kuhitajiwa kimapenzi halikumshangaza. Kwa kweli alilitegemea. Joram alikuwa amemfafanulia hilo pia walipokuwa wakijiandaa kuingia nchini humu. Alimweleza kwa lugha ya kishairi akisema "Katika silaha zote za mwanamke uzuri unazitangulia." Akamweleza kinaganaga nini la kufanya. Hata walipokuwa wakifanya mapenzi kitandani, kabla ya Joram kutumia hila ya kuharibu kile chombo chao cha kutazamia alikuwa amemnong'oneza. "Tutafanya kila kitu. Najua wanatutazama, usione haya. Nataka tuwatie homa ili endapo watatukamata, watamani kuyashuhudia waliyoyaona kwa vitendo. Nafasi ambayo natumaini hutashindwa kuitumia." Haya, sasa nafasi hiyo imetokea... Nuru alijiambia kimoyomoyo.

Akayainua macho yake, akayalegeza kidogo, akiruhusu tabasamu dogo. "Najua kuwa ninakufa..." alimjibu Iron kwa sauti ndogo ambayo masikioni mwa mwanamume ilitosha kuanzisha kongamano fulani baina ya mwili na damu.

Kufa huna budi! Iron alisema rohoni... *utakufa kifo kibaya. Lakini itakuwa baadaye!.* Kwa mdomo alisema, "Nimesema maisha yako yamo mikononi mwangu. Vitendo vyenu vilikuwa vya kinyama mno. Pamoja na kupokelewa vizuri katika nchi hii na kuahidiwa kuishi kwa amani na starehe, bado mmediriki kufanya mambo yasiyoeleweka. Mnapita kuua watu wasio na hatia bila sababu yoyote. Naamini huo ni ushauri wa huyu mwendawazimu uliyefuatana naye. Unafahamu alikokimbilia?"

"Sifahamu..."

"Amekutoroka," Iron alidakia. "Amekutoroka.

Bila shaka sasa hivi anajaribu kuitoroka nchi. Hafiki mbali. Dakika yoyote ataletwa hapa akiwa hai au maiti," alimaliza akimkazia Nuru macho. Macho yake yalikumbuka alichohitaji. Akazisahau hasira zake dhidi ya Joram na kumnong'oneza Nuru kwa sauti ambayo kwake ilijaa upendo. "Suala lako ni tofauti bi mdogo. Una nafasi nzuri ya kusamehewa madhambi hayo iwapo tu... iwapo..."

Mara Iron alijikuta hajui lipi zaidi amwambie Nuru. Hakuwa hodari wa kutongoza. Ingawa alisoma riwaya nyingi za mapenzi ilikuwa vigumu sana kila alipotamani kuyaweka aliyoyasoma katika vitendo. Sababu moja kati ya nyingi zilizomfanya hadi leo awe hana mke ni hiyo ya kutojua kuwakabili. Wote aliowahitaji walikuwa kama wanaomdhihaki kwa kusubiri aseme nini. Wale ambao hakuwataka ndio waliokuwa wakijileta kwake kwa urahisi. Anapokuwa amelewa hakubabaika kuwalaki. Lakini leo, kichwani akiwa hana hata tone moja la pombe hakuona vipi ampate Nuru. Akaduwaa akimtazama.

Nuru aliuhisi unyonge huo. Akaamua kusubiri.

Nusu dakika ilipotea kabla ya Iron kujua aseme nini. Kisha alikumbuka kuwa alikuwa na akiba nzuri ya vinywaji vikali. Akafungua kabati na kutoa chupa moja ya *John Walker* ambayo aliimimina katika glasi. Alimkaribisha Nuru ambaye alikataa. Akaimimina tumboni mwake. Glasi ya pili ilimchangamsha. Akarudisha vifaa hivyo katika kabati na kumsogelea Nuru na kumgusa bega huku akinong'ona kwa sauti ambayo kichwani mwake alihisi imejaa mahaba. "Wewe ni msichana mzuri sana wa Kiafrika. Sijapata kumwona mwingine wa aina yako." Mkono wake ukagusa pale ambapo ngozi bandia ya Uzungu aliyoivaa Nuru ilikuwa imebandukabanduka kwa purukushani. Akaishika na kuibandua.

Gundi nyepesi iliyokuwa imetumiwa kuiambatanisha ngozi hiyo ya nailoni na mwili iliacha mabaka meupe. Lakini nyuma ya mabaka hayo ulikuwa umejitokeza uso mzuri, uso asilia wa Nuru. "Wewe ni mzuri kama ulivyo. Huhitaji kabisa ngozi hii," Iron alisema akizidi kuzibandua ngozi hii sehemu za mapajani.

Sasa aliyesimama mbele yake hakuwa tena yule msichana wa Kizungu. Alikuwa msichana wa Kiafrika. Msichana mzuri, ambaye kwa muda uzuri wake ulimpumbaza kaburu Iron. Kisha tamaa ilimzidi nguvu mikono yake ikapoteza utulivu na kuanza ziara za kutambaa katika mwili wa Nuru. Mara ulimi wake ukaanza kudai njia katika kinywa cha Nuru. Wakati huo Iron alikuwa akitweta kwa nguvu na kunong'ona maneno ambayo Nuru hakuelewa. Hakutofautiana na sokwe mweupe aliyeonjeshwa asali.

Kila kitendo cha Von kilizidisha hasira katika moyo wa Nuru. Alihisi kama aliyeguswa na kinyaa mikono hiyo ilipoyafikia matiti yake na kuyachezea. Aliona kichefuchefu ulimi ulipokuwa ukibishana na meno yake ukitafuta mwanya wa kuingia mdomoni mwake. Ambacho alitamani kufanya ni kuitumia fursa hiyo kuachia pigo ambalo lingeondoa uhai kisha kutafuta fursa ya kutoroka. Hata hivyo hakuthubutu kufanya hivyo, kwa kuchelea kuharibu mambo. Hakuwa akikoma kutazama saa kubwa iliyokuwa ukutani. Kila dakika iliyopita alikuwa akiisherehekea kimoyomoyo. Sasa ilikuwa imebaki kama saa moja tu kabla ya mitego waliyoitega kufyatuka. Wakati huo asingekosa mwanya wa kutoroka. Kabla ya hapo, alihitaji kuubembeleza muda kwa bei yoyote. Isingemgharimu chochote kuendelea kuliruhusu hili jitu nene liendelee kujipumbaza katika mwili wake. Mara moja mbili akaguna na kutetemeka kwa namna ya kumfanya aonekane kama aliyeshikwa na ashiki.

Kitendo hicho kilichochea wazimu kwa Iron. Mara akapambua mavazi ya Nuru. Mikono yake iliyokuwa ikitetemeka iligombana na vifungo vya mavazi hayo huku akizidi kunong'ona hili na lile.

"Sikiliza..." Nuru alimweleza akiushika mkono wake na kuutoa mapajani mwake huku akifinyafinya, "Hapa ni ofisini. Mtu yeyote anaweza kuingia..."

"Hii ni ofisi yangu," Von alikoroma. "Hamna anayeweza kuingia bila ruhusa yangu."

"Si vizuri."

"Tafadhali..." kisha Von alijilaumu kwa kutamka neno hilo. Vipi amtafadhalishe mtu mweusi? Zaidi mtu ambaye roho yake iko katika mikono yake. Akaupeleka mkono wake wa pili katikati ya mapaja ya Nuru kwa nguvu kidogo. Nuru aliyabana mapaja yake. Ni hapo Von alipokumbuka kuwa isingekuwa kazi ndogo kumtenda msichana huyu bila hiari. Hakuwa amezisahau zile picha za sinema ambazo huonyesha jasho linavyowatoka watu wanaojaribu kunajisi. Wala asingesahau yaliyosemwa katika kile kitabu cha mapenzi alichowahi kusoma, "... *hicho ni kitu pekee ambacho mwanamke ana mamlaka nacho... kitu pekee anachoweza kujivunia... raslimali yake pekee...*" Hivyo alijikuta akilazimika kutumia njia nyingine.

"Una habari kuwa maisha yako yamo mikononi mwangu? Dakika yoyote nitakayosema ufe utakuwa marehemu. Najaribu kukuokoa kwa kuwa sioni kama unastahili kufa mapema kiasi hiki," alimweleza Nuru.

"Nitajuaje kama hunidanganyi? Nitajuaje kama baada ya kumaliza shida zako hutaniua?" Nuru alisema akimlegezea macho.

"Nakuhakikishia kuwa utakwenda zako kwa amani na furaha kokote unakotaka kwenda." Von alipoona hajaaminika kikamilifu alimwacha Nuru kwa muda na kuendea kabati ambalo alilifungua na kutoa bahasha kubwa. Ndani ya bahasha hiyo mlikuwa na pesa nyingi za nchi mbalimbali. "Hizi ni pesa zenu. Ni miongoni mwa vitu vyenu mlivyonyang'anywa mlipofika hapa. Sasa hivi nakukabidhi pesa hizi ukae nazo ili utakapoondoka zako ukaishi popote unapotaka," alimpa Nuru na kuziweka katika mfuko wake. Alikuwa akicheka kimoyomoyo akifahamu kuwa mara baada ya kuimaliza hamu yake na kumuua Nuru angezirejesha fedha hizo katika himaya yake.

"Sasa tunaweza kuendelea," alisema akianza upya kuuchezea mwili wa Nuru. Nuru hakumzuia mara moja. Alikuwa hajafahamu atumie hila ipi kumchelewesha tena.

Safari hiyo kilichomwokoa Nuru ni king'ora kilichotoa mlio wa aina ya paka aliyekabwa koo katika moja ya mitambo ya Von. Sauti hiyo ilimfanya Von aruke hadi kwenye simu ambako aliichukua na kusikiliza kwa makini. Sauti nyembamba ilisema kwa wasiwasi.

"Bosi. Inaelekea kuna jambo la hatari katika mtambo maalumu. King'ora cha tahadhari kimekuwa kikilia kwa muda mrefu. Simu za walinzi wetu huko hazipokelewi."

"Impossible," Von alifoka. "Unataka kuniambia kuwa maafa yanayotokea mjini yanaweza kuhamia huko nje ya mji?"

"Inaelekea mzee. Kwa sababu huyu mtu anayeitwa Joram haelezeki. Aweza kuwa huko sasa hivi."

"Impossible," alifoka tena, "Na kama kweli kaenda huko, basi kajipeleka mwenyewe kaburini." Von alisita kidogo. Kisha aliongeza, "Sikia. Andaa helikopta yangu na dereva.

Nataka kufika huko mara moja. Nataka kushuhudia kwa macho yangu mwenyewe mtu huyo anayejiita Joram Kiango anavyosulubiwa."

Huko angani Nuru aliweza kuona vizuri kabisa maiti nne za askari wa makaburu waliovalia magwanda na silaha zao mikononi. Walikuwa wamelala sakafuni mbele ya lango kubwa la chuma ambalo lilizunguka ua wa seng'enge uliolizunguka jumba kubwa. Helikopta ilikuwa imelizunguka jengo hilo mara tatu. Von akitazama kwa darubini huku na kule. Aliporidhika, alimwamuru rubani kutua kando ya ua huo katika kichaka kilichoutenga mtambo huo na mji.

Ilikuwa safari ya dakika mbili tatu tu, kutoka mjini hadi hapa. Kabla ya kuanza safari hiyo, Von alikuwa ametupiana maneno makali na msaidizi wake ambaye alishangazwa na uamuzi wa Von kumpeleka Nuru huko.

"Sikubali kabisa. Nadhani ni wewe mwenyewe uliyeweka sheria ya kupigwa risasi yeyote atakayekaribia mtambo ule, awe raia wa nchi au mgeni. Vipi aende huyu ambaye tunamhisi kuwa ni mwenzi wake ambaye amefika huko kufanya mashambulizi?"

"Huyu ni mateka wangu," Von alimjibu. "Bado nina mengi ya kumsaili. Zaidi ya hayo kama kweli Joram yuko huko tutamtumia huyu kumfanya Joram asithubutu kuendelea na chochote anachoota kichwani mwake."

"Bado sikubali," msaidizi huyo alieleza. "Nimeandaa kikosi cha askari wanne ambao utafuatana nao huko. Kadhalika nilikuwa nikisubiri amri yako ili nitume askari wengine hamsini kwa gari. Inaelekea yote niliyofanya ni bure."

"Ni bure kabisa," Von alimjibu. "Unajua kabisa kuwa mtambo ule unalindwa katika hali isiyo na shaka kabisa. Hata kama atafanikiwa kuingia ndani hawezi kabisa kufanya madhara yoyote. Baada ya juhudi zake zote ataambulia kufa tu. Hivyo nakushauri urudi na hao askari wako uliowaandaa. Nitakwenda mimi, huyu mateka na dereva tu. Sawa?"

Msaidizi huyo alimtazama Von kwa hasira ya mshangao. Alikuwa anazithamini sana hekima zake katika masuala yote ya kiusalama katika nchi hii miaka yote aliyokuwa naye. Lakini vitendo vyake saa chache zilizopita vilimchanganya kabisa. Vilikuwa vitendo ambavyo havikubaliki. Yeye kama mtu wa pili katika usalama wa utawala huu hakuona kama alistahili kumtii Von hata kwa hilo. Hivyo alimtupia jicho la hasira na kumwambia, "Kwa mara ya kwanza nitafanya kinyume cha matakwa yako."

"Na kwa mara ya kwanza nakuambia kuwa... kuwa... hufai kufanya kazi chini yangu. Baada ya suala hili nitaangalia suala lako," Von alisema akimsukumiza Nuru katika helikopta na kumwamuru dereva kuondoka.

Hata hivyo, rohoni alikuwa na mashaka kwa uamuzi wake huu. Alijua kabisa kuwa alikuwa akifanya kosa kubwa kufuatana na Nuru huko aendako. Hata hivyo alifahamu fika kuwa hii ilikuwa nafasi yake pekee ya kufanya naye mapenzi na baadaye kumuua. Kimojawapo cha vyumba kadhaa katika jengo la mtambo huu kilikuwa chumba maalumu cha faragha kwa ajili yake na wakubwa wachache sana. Chumba hicho kilikuwa na mitambo ya televisheni, ambayo ilitumia nguvu ya setilaiti yao hiyo iliyoko angani kuitazama miji mbalimbali ya Afrika kinaganaga. Vilevile, kulikuwa na chombo maalumu ambacho kiliwawezesha kutazama shughuli zote zinazofanyika katika kila chumba. Mara kwa mara Von hujifungia humo na kutazama utendaji kazi wa wahandisi bila ya wao kuwa na habari. Mhandisi mmoja aliwahi kupoteza kazi na maisha yake baada ya kushukiwa na Von kuwa alikuwa na dhamira mbaya kwa mtambo huu. Hata hivyo, kifo chake machoni mwa watu wengi kilionekana kama ajali tu iliyosababishwa na dereva mlevi kugonga mtu anayetembea kando ya barabara katika mitaa ya Johannesburg. Leo, Von alitegemea kukitumia chumba hicho kujistarehesha na mwili wa Nuru kabla ya kutulia na kuanza kuangalia kwa furaha watu wanavyoteketea kwa moto katika miji ya Dar es Salaam, Lagos, Lusaka, Harare na kwingineko.

Furaha iliyokuwa ikichemka katika fikira za Von iliingia nyongo mara baada ya helikopta yake kupita juu ya jengo hilo na kushuhudia walinzi wake walivyolala ovyo wakiwa maiti. Hivyo alimtupia Nuru jicho la chuki. Tamaa aliyokuwa nayo dhidi yake ilianza kuyeyuka na nafasi yake kuchukuliwa na hasira kali. Alitamani ammalize papo hapo na kusahau yote aliyokuwa akiwaza juu yake. Hata hivyo wazo jingine lilimjia akilini. Nuru anaonekana katili sana ambaye haogopi kifo kama wanawake wengine anaowafahamu. Hata hivyo, anaweza kufa baada ya kutaabika sana. Hakuna mateso ambayo yatamtaabisha zaidi ya kushuhudia kifo cha mpenzi wake Joram Kiango. Von akiwa na hakika kabisa kuwa Joram alikuwa mahali fulani katika jengo hilo akifa au kusubiri kifo, alitoa bastola yake na kuigongagonga katika kisogo cha Nuru. "Twende," alimwamuru, baada ya kumtakia rubani asubiri katika helikopta.

Nuru aliteremka na kufuata maelekezo ya Von. Waliipita miili ya marehemu waliolala ovyo, damu ikivuja kutoka katika majeraha ya risasi miilini mwao.

Ilimshangaza Von kuona vipi Joram peke yake alivyofanikiwa kuwaangamiza askari wengi kiasi hicho bila wao kufanya lolote. Lakini haikumshangaza Nuru hata kidogo. Wala hakuhitaji kusimuliwa. Akiwa mtu anayemfahamu Joram na hila zake nyingi, alijua kuwa alitumia njia moja au nyingine kuwafikia askari hao waliokuwa wakijiamini kwa silaha zao aina ya *machine gun*. Baada ya hapo, alitoa zile hati zake za bandia kuwaonyesha askari hao. Hati ambazo zilifungwa kinamna fulani kiasi cha kuhifadhi hewa ya sumu ambayo bila shaka iliwafanya askari kulewa ghafla. Hivyo kuwaua mmoja baada ya mwingine haikuwa kazi ngumu.

Kilichomshangaza Nuru ni kutofahamu Joram alikuwa akifanya nini muda wote huo katika eneo la hatari kama hilo. Alikuwa amekadiria kuwa dakika tano zingetosha kabisa kuteketeza mtambo huo na kutoweka. Na kwa mujibu wa ramani yao ndani ya kiwanda hicho haukuwemo ulinzi wowote zaidi. Vipi asitokee na kumaliza mtu huyu mnene ili waondoke zao?

Von hakumpa nafasi ya kuwaza zaidi. Alikuwa akimsukuma mbele kwa mtutu wa bastola yake haraka haraka. Nuru hakuwa mzito wa kuelewa kuwa Von alikuwa akimtanguliza kwa dhamira ya kumfanya ngao endapo lolote lingetukia kinyume cha mategemeo yake. Baada ya kukagua vyumba tofauti tofauti, walifika katika chumba cha Von.

Ukiondoa makochi na kabati lililojengwa ukutani chumba hicho hakikutofautiana na maabara au studio ya aina yake machoni mwa Nuru. Mashine na mitambo mingi ilikuwa imepangwa kwa tafsili fulani, kuta zikiwa *screen* ambazo zilipangwa katika hali ya kupokea habari mbalimbali, Von alisogelea mashine moja ambayo machoni mwa Nuru ilikuwa kama kompyuta na kubonyeza swichi aina aina. Kioo katika ukuta mmoja kilipata uhai na kuanza kuonyesha mambo ya ajabu ajabu. Baada ya hali kutulia Nuru aliweza kuona kuwa walikuwa wakitazama chumba baada ya chumba katika jengo hilo. Kilitokea chumba ambacho kilikuwa na mitambo mingi ya kutisha. Chumbani humo Nuru aliweza kuwaona wahandisi watatu ambao walikuwa makini wakichapa kazi ya kuongoza mitambo bila dalili yoyote kuwa mambo yanaenda mrama. Hilo lilimfurahisha sana Von. Akaangua kicheko cha furaha. Ni yeye aliyependekeza kuwa ishara za hatari kwa usalama wa mitambo zisiwafikie wahandisi hao wasije wakapata hofu na kusababisha setilaiti iliyoko angani kukosa uongozi wa ardhini, jambo ambalo lingeweza kusababisha maafa na hasara isiyokadirika. Kwa jinsi jengo hilo lilivyoandaliwa, Von alikuwa na hakika kabisa kuwa ingemhitaji binadamu mwenye moyo wa malaika kuwafikia wahandisi hao na kuharibu mtambo huo. Joram hakuwa na moyo huo. Ni hilo lililokuwa likimtia nguvu. Sasa ameamini kuwa hakuwa amekosea. Kwa muda aliwatazama wahandisi hao wanavyoshughulika. Wakijua kuwa leo ilikuwa siku ya kazi kubwa walifanya kila kitu kwa juhudi na umakini wa hali ya juu. Kisha Von alibonyeza sehemu nyingine. Chumba hicho kikahama na vyumba vingine kuanza kupita katika kioo.

"Nataka tumwone mpenzi wako anavyokufa au alipofia," alimweleza, tabasamu la kifedhuli likiyasindikiza maneno yake. "Keti tafadhali. Keti ili uone kwa starehe."

SURA YA KUMI NA MOJA

Kioo kilionyesha vyumba mbalimbali ambavyo vilijitokeza na kupita. Kila chumba kilikuwa na vitu mbalimbali ambavyo viliyavutia macho ya Nuru. Lakini ilielekea kuwa havikuwa vyumba ambavyo Von alivihitaji. Aliuendesha mtambo huo haraka haraka kwa kubonyeza kidude hiki na kile kama karani anayepiga chapa. Mara kilitokea chumba ambacho ilielekea Von alikuwa akikitafuta. Katika chumba hicho ambacho kilionekana kidogo walikuwemo watu wawili ambao walikuwa wakipigana. Mmoja hakuwa mtu bali jitu. Lilikuwa pande la mwanamume, refu nene, jeusi lenye magumi manane na macho ya kutisha. Lilikuwa likipigana kwa maguvu yote katika hali ambayo ilionyesha kuwa lilikusudia kuua kwa mikono. Jitu hili halikuwa na dalili yoyote ya uchovu wala maumivu yoyote. Kinyume kabisa cha mtu wa pili ambaye lilikuwa likipambana naye. Huyu alikuwa kijana wa Kizungu, mwenye dalili zote za ushujaa na ufundi wa kupigana ngumi na karate. Lakini ufundi wake ulikuwa hauna dalili yoyote ya kuonyesha kulishinda jitu hili kwani tayari kijana huyo alikuwa akivuja damu hapa na pale katika majeraha ya kutisha, huku akiwa na dalili za uchovu mkubwa.

"Unaona?" Von alisema akicheka. "Mpenzi wako yuko mashakani. Wakati wowote ataaga dunia. Hajatokea binadamu ambaye aliwahi kumshinda Toto na kukivuka chumba kile akiwa hai."

Kwanza Nuru alikuwa hakuelewa. Kisha akaelewa. Kijana wa Kizungu ambaye alikuwa akipambana na jitu hilo la kutisha hakuwa mwingine zaidi ya Joram

Kiango, akiwa bado katika hali ya Uzungu bandia. Moyo ulimdunda Nuru kwa hasira kuona akiwa ameketi hapa, juu ya kiti cha starehe hali Joram anateseka peke yake. Akamgeukia Von kutazama uwezekano wa kumuua na kwenda kumsaidia Joram Kiango. Alikutana na macho makali ya Von ambayo yalikuwa yakimtazama katika hali ya kuyasoma mawazo yake kinaganaga. Bastola yake ilikuwa imara mkononi ikimwelekea Nuru kifuani. Nuru hakuwa na la kufanya zaidi ya kuyarejesha macho yake katika *screen* na kutazama pambano hilo lilivyokuwa likiendelea. Kichwani alikuwa akijiuliza kwa mshangao ni jitu la aina gani hili, kubwa kupindukia, jeusi kupindukia lenye nguvu kupindukia ambalo badala ya kutumia maguvu hayo kupambana na utawala dhalimu wa makaburu bado linawatetea kiasi hiki?

Alijilazimisha kutulia huku akiendelea kutazama pambano hilo la kutisha. Joram alikuwa akibadili mbinu mbalimbali, akikwepa kiufundi karibu kila konde lililotupwa na jitu hilo, pamoja na kulipachika makonde mazito. Lakini haikusaidia. Joram hakuweza kupita chumba hicho kuendea chumba cha pili ambako angeifikia mitambo aliyokusudia kuilipua. Kwa muda Nuru alimwona Joram kama mtu aliyekata tamaa, akifikiria kuitumia bastola yake ambayo bila shaka ingewaweka tayari wahandisi aliokuwa akiwanyatia au kurudi alikotoka. Hapana, aliweza kumwona vizuri zaidi. Joram alikuwa akiwaza kwa makini huku akilitazama jitu hilo ambalo lilitulia kimya likimsubiri kwa utulivu kama ambalo halikuwa na uhusiano wowote na matukio yote yaliyokuwa yakitendeka. Baada ya kulitazama sana jitu hilo Joram alifuta jasho na damu iliyojaa usoni mwake na kutamka maneno fulani ambayo hayakuwafikia Nuru na Von. Alitamka neno jingine.

Jitu hilo lilitulia kama lisilosikia lugha yoyote ya dunia. Joram alipolisogelea hatua moja lilikaa tayari kwa mapambano. Aliposogea hatua ya pili lilirusha ngumi nyingi mfululizo. Joram akarudi nyuma na kuangua kicheko.

Kicheko chake kilipokelewa na Von Iron ambaye alikuwa akitazama pambano hilo kwa furaha. "Naanza kumheshimu mpenzi wako. Tayari amegundua kuwa hapigani na binadamu wa kawaida."

Nuru alijikuta akijiuma mdomo kwa hasira. Kwa nini muda wote huo alikuwa hajagundua hilo? Joram alikuwa hapambani na binadamu. Alikuwa akipambana na jitu lililoundwa kwa mkono wa binadamu katika umbo la binadamu, yaani *robot*. Aliwahi kusikia kuwa matajiri wengi wamekwisha anza tabia ya kuyaweka madude haya kama walinzi wao badala ya binadamu wa kawaida ambaye hutokea siku akakukimbia au kukugeuka.

"Sasa tuone atafanya nini," Von alikuwa akisema.

Nuru aliyafuata macho yake kumtazama Joram ambaye alionekana akiacha kujisumbua kupambana na jitu hilo na kuchungulia kwa makini, alifunua hiki na kile. Pilikapilika zake hizo zilimwezesha kufunua mahala ambapo kulikuwa na nyaya nyingi za umeme. Alichomoa nyaya aina aina, hadi alipoona jitu hilo likijiweka sawa kama askari katika gwaride. Kisha lilianguka kifudifudi.

Nuru alishangilia kimoyomoyo. Kwa mshangao alimwona Von akishangilia vilevile. "Ana akili. Amegundua kuwa dude hilo linaendeshwa kwa nguvu ya sumaku ya umeme ambayo mitambo yake iko pale alipofunua. Ana akili..."

Alizidi kucheka. Nuru alizidi kushangaa kwa kutokumwelewa hadi alipoongeza:

"Ana akili ndiyo. Lakini zitamsaidia nini? Kwa kweli jitu lile lina huruma sana. Muda wote huu lilikuwa likimrudisha kwa makonde ili asiende kujiua mwenyewe. Sasa mtazame. Ona mpenzi wako anavyojua... Ona...."

Nuru, roho ikiwa juu hakuwa na la kufanya zaidi ya kutazama. Alimwona Joram akitazama saa yake na kuanza mwendo wa haraka kukiendea chumba alichokuwa akikihitaji. Mwendo wake ulikuwa wa hadhari na uhakika, macho yakiwa wazi, mikono ikiwa tayari kwa lolote ambalo lingetukia. Mara aliufikia mlango wa mwisho, uliomtenga na lengo lake. Alinyosha mkono ili kugusa kitasa. Papo hapo ardhi miguuni mwake ilifunuka na Joram kudidimia ghafla. Juhudi zake za kushika kando hazikuzaa matunda yoyote. Ardhi ilijifunika kama ilivyokuwa na Joram kupotea kama ndoto iliyofikia ukingoni.

"Tayari..." Von alichekelea.

Nuru alijikuta yuko wima mbele ya Von akinyoosha mikono kumpiga huku akifoka, "Yuko wapi Joram? Sema yuko wapi?..." Pigo la kitako cha bastola ambalo lilitua barabara kichwani mwake lilimpotezea fahamu. Zilipomrudia alikuwa amelazwa chali juu ya kochi alilokalia awali. Alikuwa uchi kama alivyozaliwa. Mavazi yake yaliyochakaa yakiwa yametupwa kando. Von, sigara mdomoni, alikuwa kaketi pale pale alipokuwa. Macho yake yakimtazama Nuru kwa namna ya mtu aliyekuwa ameikata kiu yake ya muda mrefu. Nuru alimtazama kisha akajitazama na kuona alivyochafuka. Hakustahimili. Aliinuka na kumwendea Von kwa nia ya pambano jingine. Lakini hakumfikia. Hatua mbili alipozipiga zilimfanya ashindwe kuendelea na badala yake kuanguka sakafuni. Hata hivyo mdomo haukuwa na udhaifu kiasi hicho.

"Wewe ni mshenzi kuliko washenzi wote niliopata kuwaona," alifoka. "Mwanamume hayawani... Haya unasubiri nini? Niue kama ulivyomuua Joram. Niue..."

Von alitabasamu kifedhuli. Kitendo cha mapenzi ambacho kilimchukua dakika moja, Nuru akiwa hana fahamu, kilikuwa kimeupa moyo wake faraja kubwa. Hakutegemea. Mara akawa ameelewa kisa cha baba yake kupoteza maisha kwa ajili ya msichana mweusi. Hata hivyo baada ya kuionja ladha aliyohitaji sana alianza kuiona athari ya kumwacha kiumbe huyo aendelee kuwa hai. Mapambano aliyoyaona baina ya Joram na *robot* yalikuwa yanatosha kabisa kumwonyesha watu hawa walivyo wapiganaji wasiokata tamaa. Joram amekwisha, lakini huyu japo ni mwanamke yungali hai, na anaweza kufanya lolote. Kifo cha haraka anachodai kilikuwa halali yake kabisa.

Hata hivyo angehitaji kumwona akifa kwa mateso zaidi. Angependa kuona tena anavyotaabika kushuhudia mji wao mashuhuri wa Dar es Salaam unavyoteketea. Angependa kuona uso wake ukijaa hofu na majonzi kama ulivyofanya wakati Joram alipokuwa akiadhibiwa na *robot* Toto, na hasa pale alipodidimia ardhini.

"Ungependa kufa sasa hivi au baadaye kidogo?" aliuliza bila mzaha wowote katika sauti yake. "Saa moja na dakika chache baadaye kioo ambacho kilikuwa kikionyesha mchezo wa ngumi baina ya mpenzi wako na Toto kitaonyesha mchezo wa kupendeza zaidi. Jiji lenu la Dar es Salaam na miji mbalimbali ya Tanzania na nchi nyinginezo zitapata sura mpya. Sura ya kupendeza. Natumaini ungependa kuliona hilo pia kabla hujafa ili upate habari ambayo utamsimulia Joram huko kuzimu alikotangulia."

Nuru nguvu na fahamu zikizidi kumrejea aliufurahia uamuzi wa Von. Akiyakumbuka maelezo fulani ya Joram kati ya mengi aliyokuwa akimpa aliposema: *Katika mambo haya, kila dakika ambayo inaweza kukuweka hai zaidi inunue kwa bei yoyote.* Aliamua kuafikiana na Von. Wazo hilo hasa lilimjia baada ya kukumbuka kuwa dakika chache sana kuanzia sasa kama walichofanya ni kitu chenye uhakika jiji la Johannesburg litakuwa mashakani na Von atakuwa akisema mengine. Nafasi kama hiyo itakapowadia asingeshindwa kuitumia.

Hivyo alijifanya mnyonge zaidi. Akijiweka kitini hapo katika hali ambayo inatosha kumsumbua mwanamume yeyote. Japo Von alikuwa amekwisha fanya yote aliyoyataka kwake, bado Nuru na elimu yake juu ya wanaume alijua kuwa dakika chache baadaye roho ya mwanamume hurudiwa na tamaa ile ile kwa kiwango kikubwa zaidi.

"Wewe ni mshenzi..." alimchokoza tena ili atazamwe. Wakati huo huo akiyalegeza macho yake na kuzidi kujiweka juu ya kochi kinamna fulani.

Kitu hiki ambacho asili ilikiweka baina ya mwanamume na mwanamke, kitu ambacho hakielezeki kikamilifu kwa maneno, kilitimiza wajibu wake. Nuru aliweza kuona kuwa Von na ukatili wake, pamoja na kuamini kwake kuwa ametosheka na kukinai, alianza upya kutaabika. Macho yake hayakuweza tena kutulia, mikono yake ilikuwa haikai pamoja. Alihangaika, akienda hapa na pale na kushika hiki na kile. Tahamaki akawa ameketi kochi moja na Nuru. Mkono wake mmoja ukikosa kochi na kuangukia juu ya paja nono la Nuru.

"Wewe ni mtu mbaya sana," Nuru alisema, sauti ikiwa laini, huku akijitia kusogea kando kidogo. "Sikiliza..." Nuru alijitia kumsikiliza. Alichofanya hasa ilikuwa kuupima uwezekano wa kumzidi Von maarifa aipokonye bastola yake ambayo ilikuwa imara katika mkono wake wa pili kama hirizi.

Von hakuwa mgeni kwa silaha hii ambayo ilikuwa ikitumiwa na Nuru. Alifahamu fika kuwa msichana huyu alikuwa akitumia mbinu ili ayaokoe maisha yake. Lakini kufahamu huko hakukukata shauku yake ya kutamani tena. Alihitaji tena, kwa mara ya mwisho. Nuru angefanya nini? Kama kuna kisu basi Nuru alikuwa ameshika makali yeye akiwa ameshikilia mpini. Hata hivyo alijua kuwa anacheza mchezo wa hatari, anacheza na nyoka. Haikuwa busara kuchezea roho kando ya shimo la mauti lililo wazi kiasi hicho. Ni hilo ambalo lilimfanya aendelee kushikilia bastola kama roho yake.

Wakati huo Von alikwisha ibonyeza mitambo yake ambayo alisema ingemwezesha kuiona setilaiti hiyo ikishuka taratibu toka angani na kuliendea anga la Tanzania ambapo ingesubiri muda uliopangwa kabla ya kuanza kuachia dhoruba za hewa ambayo ingezusha mioto ya kutisha. Katika kioo hicho waliweza kuyaona mawingu mazito mazito yakipita katika kioo. Kisha dude la ajabu lilijitokeza. Lilikuwa kubwa, jeusi lenye muundo wa ndege aina ya kunguru. Lilikuwa likisafiri kwa mwendo mkali sana kama linaloifuata televisheni hiyo.

Von aliinuka ghafla huku akiwa ameshikwa na mshangao. Aliendea meza ambayo ilikuwa na chombo chenye vidude vingi alivyokuwa akivibonyeza na kuvikagua kwa makini. Alibonyezabonyeza na kutazama tena katika kioo. Alikuwa kama ambaye hakuweza kuyaamini macho yake kuona dude hilo likizidi kusogea. Mara jiji la Johannesburg likajitokeza katika kioo hicho. Majumba fulani fulani makubwa yakitoa nuru nyekundu kama gari linaloonyesha upande upi inaelekea. Nuru hiyo ilipokelewa au kujibiwa na dalili hiyo ya moto kutoka katika domo la chombo hicho ambacho sasa kilikuwa kikielea juu ya mji.

Nuru aliweza kuyaelewa majumba yote hayo ambayo yalionyesha alama za moto. Ni yale ambayo yeye na Joram walikuwa wamefanikisha kutega vile vigololi ambavyo walivipata kutoka kwa hayati Chonde. Akaitazama saa yake. Ilikuwa ikikaribia muda ule ule ambao Joram alikuwa ameviandaa vidude vile kufanya kazi. Alitamani apige ukelele wa furaha. Tangu walipoanza harakati hizo hakuwa na hakika kama walikuwa wakifanya kitu chenye uhakika. Wala hakumwona Joram kuwa na hakika hiyo, pamoja na kufunua majitabu mengi ambayo yalikaribia kumtia wazimu. Kumbe alijua anachokifanya! Ndoto yake imetukia kuwa kweli.

Wakati Nuru akifanya sherehe hiyo moyoni, Von alikuwa akitaabika kichwani. Hakuelewa kinachotokea. Dalili ambazo zilijitokeza zilikuwa za kutisha kabisa, zisizokubalika. Ilionyesha kuwa wakati wowote mji wa Johannesburg ungekuwa ukiwaka moto, Johannesburg badala ya Dar es Salaam, aliwaza kwa hasira. Haikuwepo njia nyingine ya kufanya zaidi ya kuamuru setilaiti hiyo iharibiwe na kuanguka. Si kitu ikiangukia mji na kuua watu kadhaa. Heri nusu shari kuliko shari kamili. Ni hilo alilokusudia kufanya. Kuinua simu na kuwapa wahandisi amri hiyo.

Hilo pia hakuweza kulifanya. Alijikuta akitazamwa na bastola yake mwenyewe, ambayo alikuwa ameisahau kando alipokuwa akihangaika na mitambo.

Bastola ilikuwa imara mikononi mwa Nuru macho yake yasiyo na mzaha yakitangaza shari.

"Pokea chako, muuaji mkubwa," Nuru alinong'ona akiifyatua bastola.

Kwanza Von hakusikia maumivu. Alihisi kitu kikimtekenya kifuani na kupapasa moyo wake. Kisha alisikia moyo ukiwaka moto. Akahisi kifo. Alipiga ukelele wa nguvu akichupa kumwendea Nuru mikono yake ikiwa wazi, tayari kumkaba koo. Lakini Nuru alimwepuka kwa urahisi na kumwongezea risasi nyingine ambayo ilimfumua fuvu la kichwa chake. Akadondoka chini na kulala kwa utulivu kama nguruwe aliyechunwa kwa maji ya moto.

Nuru aliyatazama matokeo ya kazi yake haraka haraka. Akaibusu bastola hiyo. Kisha alifanya haraka kujivika mavazi yake. Baada ya hapo alikimbilia kabati la Von ambalo alilifunua na kuanza kupekuapekua haraka haraka. Alipata alichokitaka. Ilikuwa ramani ya jengo hilo, ikiwa tofauti na ile ambayo waliitumia awali. Aliisoma himahima, kwa makini, kisha aliiweka mfukoni na kuendea ukuta ambao ulikuwa na funguo nyingi. Akazichukua na kuziweka katika mfuko wake. Kisha, bastola ikimtangulia alitoka chumbani humo mbio kama miguu yake ilivyoweza kumruhusu.

Kuanguka, umbali wa mita zaidi ya ishirini kutoka angani hadi juu ya sakafu ngumu si mchezo. Joram, bila ya uhodari wake wa karate na sarakasi, kama asingefikia kichwa basi angefikia mgongo na kuvunjikavunjika. Lakini alijitahidi kusahau uchovu na maumivu makali aliyokuwa nayo, akaikusanya akili yake pamoja na kujipindua angani hadi akafikia mabega na kubiringika. Hata hivyo fahamu zilimtoka kwa dakika kadhaa.

Uhai ulipomrudia alifumbua macho yake kwa taabu na kutazama pande zote. Aligutuka kujikuta akiwa amelala katikati ya mizoga mingi ya binadamu. Baadhi ilikuwa mifupa mifupa, baadhi ikiwa imevimbiana, baadhi ikiwa imeoza kabisa. Mara akapatwa na harufu kali ya kutisha. Harufu ambayo iliambatana na nzi wengi wanene wa kutisha, ambao walikuwa wakirukaruka katika hali ya kushangilia mawindo haya rahisi. Pamoja na nzi hao, Joram aliwaona panya wakubwa mithili ya paka ambao walikuwa wakifanya karamu katika miili ya binadamu hao. Panya mmoja alikuwa akipita kumzunguka Joram huku akimtazama kwa namna ambayo ilionyesha kuwa alikuwa akitamani kuanza kumla akiwa bado hai.

Moyo ulimdunda Joram. Ingawa hakujua au kupata kuihisi hofu katika moyo wake, kitu fulani kilimpanda moyoni na kumtia hasira na kichefuchefu. Alihisi kama aliyeruka jivu na kukanyaga moto. Kama kufa kwa nini afe kifo kibaya kama hiki? Afe huku anaona? Huku analiwa na panya? Kwa nini asingeruhusu lile dude limuue?

Kisha alijikaza kiume na kujikongoja kusimama wima. Ilikuwa baada ya kujikumbusha ule usemi wake wa mara kwa mara kuwa *"Binadamu hufa kwa uzee, hufa kwa ajali, hufa kwa maradhi. Lakini kuna binadamu ambao hufa kwa uvivu vilevile. Hasa katika shughuli hizi za upelelezi."* Wazo hilo lilimtuma aanze kutembeatembea humo akitafuta mwanya ambao ungeweza kumtoa nje ya kaburi hilo. Alizitazama kuta na kugundua kuwa zilijengwa kwa chuma cha pua, zikiwa kama chumba kirefu chenye upana wa mita kumi kwa ishirini. Akatazama juu akiangalia uwezekano wa kupanda hadi huko alikoangukia. Ilikuwa ndoto nyingine. Ukuta ulikuwa laini mithili ya kioo ambacho kingemshinda hata paka.

Afanye nini? Aketi kukisubiri kifo? Alijiuliza. Hapana, lazima ajitahidi kutafuta mwanya. Lazima kuna mahala pengine penye mlango unaotumiwa kuwaleta watu hawa kusubiri kifo. Akaendelea kutembea akiiruka mizoga na wakati mwingine kulazimika kukanyaga mifupa. Nzi na panya walimwongezea msukosuko kwa kukimbia hapa na pale, bila ya shaka kwa mshangao wa kuona mlo wao ukitembea ovyoovyo kwenda huko na huku.

Joram alichunguza kila ukuta kwa makini. Hatimaye aliufikia ukuta ambao ulikuwa na mlango wa chuma uliofungwa kwa nje. Alijaribu kuutingisha mlango huo, bila ya mafanikio. Ulikuwa mlango imara kama ukuta huo. Akaupeleka mkono wake mfukoni na kuitoa bastola yake, ambayo aliilenga mlangoni na kufyatua. Risasi iliugonga na kuanguka ardhini kama gololi. Hata bomu lisingeubomoa mlango huo. Jambo ambalo lilimfanya Joram aduwae kwa mara nyingine akifikiri la kufanya.

Mara macho yake yakavutwa na maiti mmoja aliyekuwa akitikisika. Akamsogelea na kumtazama kwa makini. Naam, alikuwa na uhai mdogo mwilini mwake. Miguu yake ilikuwa imekatwa na Joram aliona vilevile kuwa jicho lake moja lilikuwa limeng'olewa. Huyu alikuwa mtu mweupe kinyume cha wengi ambao walikuwa weusi. Bila ya shaka alikuwa Mrusi.

"Pole," Joram alimwambia.

"Wewe ni nani?" aliuliza kwa udhaifu mtu huyo.

"Itakusaidia nini kunifahamu?" Joram alimjibu. "Unakaribia kufa."

Mtu huyo alicheka kidogo kabla ya kujikongoja kusema polepole, "Kweli. Haiwezi kunisaidia chochote. Hata hivyo naona wewe utakufa kabla yangu. Mwenzio hii siku ya kumi na nne bado naishi,"

Joram hakuona kama kulikuwa na umuhimu wowote wa kuendelea kumsikiliza mtu huyo aliyekuwa akikaribia kukata roho. Lakini hakukuwa na jambo muhimu la kufanya na akaendelea kumsikiliza. Haikuchukua muda kabla hajafahamu kuwa Mrusi huyo alikuwa mmoja kati ya watu wengi ambao walikuwa wakiuawa kinyama baada ya kushukiwa kuwa walikuwa wakifanya upelelezi dhidi ya utawala wa makaburu. Pango hili lilikuwa limechimbwa maalumu kwa ajili ya kuwaangamiza watu hao kwa siri baada ya mateso mengi. Wengi walikuwa wakiachwa kufa kwa majeraha waliyoyapata, lakini adhabu kubwa iliyokuwa ikiwaangamiza ilikuwa njaa.

"Usishangae," aliambiwa. "Ni njia pekee ya kutuwezesha kuishi." Alipomwona Joram akizidi kushangaa aliongeza, "au unaogopa kula maiti? Sikia, unaweza kunila nikiwa hai. Sina dalili ya kupona. Na ninavyokuona unaonyesha kuwa tuko pamoja katika kupambana na utawala huo haramu. Unaweza kunila ukaishi kwa wiki moja zaidi, pengine mwuujiza utatokea nawe ukapona na kuendelea na mapambano. Usiogope wala usinishukuru. Wala sitaki kujua wewe ni nani. Haitanisaidia."

Joram aliona kama angerukwa na akili endapo angeendelea kuketi hapo akimsikiliza mtu huyo ambaye ilikuwa dhahiri kuwa uhai mdogo aliobakiwa nao ulikuwa mdomoni mwake tu. Akaondoka hapo taratibu na kuurudia mlango huo ambao alitulia tena akiutazama kwa makini. Bado hakujua angeweza kufanya nini kuufungua. Ingehitaji muujiza. Harufu ya maiti hao, kelele za panya na nzi waliokuwa wakishangilia bahati zao, vilizidi kumsumbua. Joram alijua kuwa harufu na usumbufu huo vingemuua kabla hajasikia njaa.

Aliutazama tena mlango kwa uchungu na hasira.

Akatamani apige magoti na kumwomba Mungu ili afanye muujiza mlango ufunguke. Hilo hakufanya. Ingekuwa unafiki, kwani hakuwa amemwomba Mungu walao kwa kumshukuru kwa miaka mingi sasa. Vipi amkumbuke wakati wa shida? Na vipi ategemee muujiza mkubwa kiasi hicho wakati enzi ya miujiza ilikwisha pita? Hii ilikuwa enzi nyingine. Enzi ya kutumia akili na nguvu.

Bado hakuona kama alikuwa na lolote ambalo angeweza kufanya kujitoa katika gereza hilo. Kwani kila hali alijiona kama aliyefikia mwisho wa msafara wake kimaisha.

Kwa mara ya kwanza aliilaani bahati yake. Si kwa hofu wala uchungu wa mateso aliyoyapata katika gereza hilo ambalo halikutofautiana na kuzikwa hai. Hasa alijilaumu kwa kuikosa fursa ya kujionea kwa macho yake mwenyewe utawala wa makaburu na raia wake watakavyotaabika pindi mitego aliyoitega itakapofyatuka na silaha ambayo walianda kuwateketeza watu wasio na hatia itakapowageukia. Joram kama alivyo, hakuna ambacho kingemsisimua zaidi ya hilo. Aone macho ya mshangao yanavyowatoka wakubwa wa utawala na machozi yaliyochanganyika na kamasi yanavyowatiririka juu ya mashavu yao meupe. Aone majumba yao makubwa waliyoyajenga kwa jasho la wanyonge yakiteketea na kubomoka kama milima ya barafu. Na hatimaye aone setilaiti yao ikianguka katikati ya mji wao baada ya mitambo inayoiweka angani kulipuliwa. Ndiyo. Ni hayo tu aliyoyahitaji Joram. Ni hayo ambayo yalikuwa yamemfanya ayahatarishe maisha yake kwa muda wote huu na hata kumwaga damu isiyo na hatia, ili, afanikishe dhamira yake. Hayo, kuyashuhudia kwa macho yake kungempendeza zaidi ya pesa na kumsisimua zaidi ya starehe. Kwa nini amekuwa hana bahati hiyo? Alijiuliza.

Kisha alimkumbuka Nuru. Kiasi hofu ikamrudia alipojiuliza kama atafanikiwa kunusurika katika mapambano haya. Alikuwa amempa maelekezo yote muhimu na kusisitiza wakati gani aanze safari ya kutoroka zake endapo asingemwona. Bila shaka hakuna atakayehangaika kumtafuta msichana mmoja ambaye hana tofauti na wasichana wengine wakati mamia ya watu wakiungua, maelfu wakikimbia kwa fujo na mamilioni wakiwa wamepigwa butwaa. Wakati majumba na viwanda vitakuwa vikiteketea kwa moto mkali ambao mfano wake haujapata kutokea katika historia ya nchi hii na dunia kwa ujumla, wakati chombo kisichoonekana kwa macho ya kawaida kitakuwa kikielea angani, na baadaye kuanguka, nguvu yake inayokifanya kielee angani na za madini inayokifanya kutokuonekana zikiwa zimekwisha. Hapana, Joram hakuona kama Nuru angeshindwa kuitumia fursa hiyo. Bila ya shaka baada ya kumchanganya kwa hila alipokuwa akimfuata, atayafuata maelekezo yote.

Joram asingejisamehe endapo lolote lingemtukia msichana yule na kumpotezea maisha. Licha ya kwamba uzuri wa Nuru haukustahili kuharibiwa kwa mkono wa kaburu yeyote katili, ushujaa wake ulikuwa nguzo ambayo Joram aliitegemea sana. Yote aliyokuwa ameyatenda, hekima na juhudi za Nuru zilikuwa zimemsaidia. "Mungu msaidie arudi salama," alimwombea.

Utulivu aliokuwa nao pindi akiwaza hayo ulimfanya panya mmoja amrukie kifuani na kujaribu kumuuma. Joram alimkwepa na kuachia teke dhaifu ambalo panya alilikwepa vilevile. Hata hivyo panya huyo alikuwa amemfanya ayatoe mawazo yake nje na kuyarudisha katika pango hilo la mauti. Harufu mbaya ya binadamu waliooza, ikamrudia tena akilini na moyoni. Akajisikia kutapika. Hata hivyo alijikaza kisabuni.

Kisha alikumbuka kumtupia jicho jingine yule Mrusi. Akashangaa kuona kundi dogo la panya likiwa juu ya uso wake, wakimla. Kwanza alishangaa, kisha akaelewa. Mrusi huyo alikuwa amekata roho! Kichefuchefu kikamrudia tena Joram. Alitamani afumbe macho asiendelee kuona ukatili wa panya hao kumla mtu ambaye dakika chache walikuwa wakizungumza naye. Mtu ambaye bila shaka ni mwema sana. Vinginevyo, angewezaje kujitolea aliwe akiwa hai? Joram alijiuliza.

Ghafla muujiza ulitokea. Joram aliuona mlango ukitikisika na hatimaye kufunguka. Yeyote ambaye angeingia Joram alitegemea kumlazimisha ama amuue kwa risasi ama amtoe chumbani humo. Hakuwa tayari kufia katika chumba hicho. Hivyo alisubiri kwa hamu akitazama kwa makini tayari kwa lolote, heri au shari.

Bastola ilichungulia ikiwa katika mkono wa kike. Ilifuatwa na uso mzuri, wenye jasho na damu. Uso wa Nuru.

"Joram?" alipiga ukelele wa furaha mara alipomwona Joram kasimama kando akimtazama.

"Naweza kuyaamini macho yangu?" Joram alimuuliza akiwa bado amesimama pale pale. "Wewe ni Nuru kweli au malaika?" aliongeza.

Hakupata muda wa kujibiwa. Tayari Nuru alikuwa kifuani mwake kamkumbatia kwa, nguvu huku akilia kwa sauti ndogo. Wakati ikimpambazukia Joram kikamilifu kuwa haikuwa ndoto — huyu alikuwa Nuru halisi aliyekuja kumwokoa — alianza kuiinua mikono yake ili naye amkumbatie. Lakini Nuru tayari alikuwa amejitoa mikononi mwake na kumvuta nje haraka haraka huku akisema, "Twende zetu. Wakati umewadia."

Joram alimfuata kikondoo. Wakiwa nje, baada ya kupigwa na hewa safi, fahamu zilimrudia Joram kikamilifu.

Saa yake ilikuwa imevunjwa katika mapambano na jitu lile, aliitazama ya Nuru na kuelewa kwa nini aliambiwa wakati umewadia. Uhai ukamrudia mara moja rohoni, ingawa kimwili alikuwa bado dhaifu. "Niambie Nuru tafadhali.

Niambie, mitego tuliyoitega haijafyatuka tu? Mji haujaungua?"

Badala ya kumjibu Nuru alimwambia, "Sikiliza."

Kwa mbali mjini kulikuwa na kelele nyingi za hofu. Vilio na milipuko ya kutisha ilisikika kutoka kila upande. Walisikiliza kwa nusu dakika, kisha Joram alitabasamu na kusema polepole.

"Nadhani inatosha. Wanakufa wenye hatia na wasio na hatia. Sasa iliyobaki ni ile kazi moja ya mwisho. Kuulipua huu mtambo".

Alimshika Nuru mkono na kuanza kukiendea tena chumba cha mitambo. Nuru akiwa na ramani halisi ya jengo hilo alimshauri Joram wapi wapitie. Dakika mbili baadaye tayari walikuwa wamewasili katika chumba hicho.

Wahandisi watatu ambao walikuwa chumbani humo, jasho likiwatoka kwa mshughuliko wa kutoelewa kinachotokea, hawakuweza kuwaona Joram na Nuru walipoingia ghafla. Walipotanabahi walikuwa wakitazamana na bastola mbili. Wakaduwaa. Mshangao wao ulikoma pindi risasi za mfululizo zilipopenya katika miili yao na kuwafanya waangukiane, damu ikiwavuja.

Joram aliikimbilia mitambo hiyo na kuanza kuikoroga kama alivyokusudia. Alipotosheka aliyatoa mabomu yake ya mkono na kuyatega sehemu mbalimbali za mtambo huo. Mara tu alipomaliza alimshika Nuru mkono na kutoka naye mbio.

Nje ya jengo kwa mbali waliiona mioto mikali iliyokuwa ikipaa angani kwa namna ya kutisha. Kisha waliona kitu kingine cha kutisha. Kundi la askari wenye silaha lilikuwa likija kufuata kiwanda hicho mbio.

Joram aliduwaa kidogo, akijiuliza lipi wafanye. Kurudi ndani isingewezekana kwani wakati wowote jumba hilo pia lingelipuka. Na kukimbia ingewachukua hatua chache tu kabla ya kukamatwa na risasi za askari hao. Lakini Nuru, alijua la kufanya. Alimwongoza Joram katika upenyo aliokuwa ameufuata na Von hadi nje ya ua ambako walipiga mbio wakitegemea kumkuta rubani akiwemo, ili wamlazimishe kwa bastola kuendeshwa kutoka nchini humo. Hakuwemo. Bila shaka "miujiza" iliyokuwa ikitokea ilikuwa imemtia kiwewe hata akaondoka zake, au alikuwa amekimbilia familia yake kwa matumaini ya kuiokoa. Hivyo kiasi Nuru alikata tamaa. Lakini Joram alimrejeshea matumaini alipomwamuru kupanda mara moja. Wakaingia.

Joram alikuwa na ujuzi wa nadharia juu ya kuendesha helikopta. Alilazimika kujikumbusha ujuzi huo kwa vitendo, jambo ambalo liliwagharimu dakika zaidi ya mbili. Wakati huo askari walikwisha waona na kuanza kuwafuata kwa nguvu zaidi. Mmoja aliamua kutokimbia, badala yake aliilenga bunduki yake na kuiandaa kupiga. Wakati huo huo jambo jingine la kushangaza lilitokea. Jumba hilo, ambalo lilikuwa hifadhi ya mitambo haramu lilipuka kwa mshindo mkubwa. Moto wa kutisha ulipanda juu na kusambaa kote.

Wakati askari hao walipokuwa wakitazama hilo pia, kwa mshangao, helikopta ilikuwa angani. Walipokumbuka kuiripia risasi ilikuwa ikigeuzwa kuelekea Botswana.

SURA YA KUMI NA MBILI

"...na kama anafanya mauaji hayo kulipiza kisasi dhidi ya maafa ambayo utawala huu utayafanya katika nchi hii saa chache zijazo, bado si kitendo cha kujivunia sana, kwani haitasaidia kitu," Kombora alinong'ona.

Alikuwa akisema peke yake, akiwa kimya katika ofisi yake.

Hayo yalimtoka mara baada ya kutazama televisheni na kusikia habari za kutatanisha kutoka BBC, bila shaka zikiwa zimekuja kutoka Afrika Kusini bila hiari ya utawala huo, kwamba Joram alikuwa ametoweka kutoka katika jumba alilowekwa nchini humo. Kwamba mauaji ya ajabu ajabu dhidi ya makaburu katika nchi hiyo yalikuwa yametokea usiku huo. Na kwamba kulikuwa na mashaka kuwa muuaji au wauaji hao hawakuwa wengine zaidi ya Joram Kiango na yule msichana anayefuatana naye, Nuru.

Habari hiyo, ikiwa imewasili pindi vyombo vyote vya habari vikisubiri habari nzito zaidi ya hiyo ilipokelewa kama habari yoyote ndogo na kupuuzwa mara moja. Kwa wananchi wa Tanzania na nchi nyingine ambazo zilikuwa mashakani zikisubiri maafa makubwa kwa hofu na mashaka makubwa, walizipokea kwa shangwe na vigelegele kwa dakika mbili tatu, dakika zilizofuata ikawa imesahauliwa. Hofu ikachukua nafasi yake. Wakaendelea kusubiri.

Kusubiri kifo. Waumini wa dini walikisubiri katika makanisa na misikitini. Wakristo walichubuka magoti kwa sala ndefu zilizoambatana na vilio. Waislamu walivunjika migongo kwa kwenda rakaa huku wakimlilia Mola. Wasiomjua Mola walikisubiri kwa namna mbalimbali.

Wako ambao walitulia kwa utulivu, wako ambao walipiga kelele na kuna wachache ambao waliamua kufa wakiwa wamelewa; hivyo chochote walichokuwa nacho walikitumia kununulia pombe. Watoto ambao walipata hisia fulani kutokana na tofauti katika tabia za wazazi wao walitulia kimya, kwa mara ya kwanza maishani mwao wakionja ladha ya hofu. Hata wanyama wanaofugwa kama kuku, mbwa, mbuzi na ng'ombe hawakuwa katika hali ya kawaida; kwani ilikuwa siku yao ya kwanza ambayo hawakupata kushuhudia binadamu akila mayai, kuchinja mbuzi wala kumkama ng'ombe.

Jeshi lilikuwa limewekwa katika hali ya tahadhari, tayari kwa lolote ambalo lingeweza kutukia. Lakini kwa jinsi madhara hayo yaliyokuwa hayafahamiki yangetokea upande upi, na silaha ipi ingeweza kuyazuia, ilikuwa dhahiri kuwa jeshi hilo lisingeleta upinzani wowote. Ilikuwa kama waliowekwa tayari kusubiri kifo.

Rais na mawaziri wake, pamoja na viongozi wa ngazi za juu katika chama walikuwa wamejiinamia juu ya viti vyao Ikulu. Mengi yalikuwa yamesemwa, mengi yamefanywa, lakini halikuwepo lolote ambalo lilielekea kuwa kipingamizi kwa maafa yaliyokuwa yakiendelea dakika baada ya dakika. Wao pia ilikuwa kama kwamba waliamua kusubiri kifo kwa pamoja.

Mara kwa mara walitazama saa zao kisha kutazamana. Kisha mmoja aliinuka baada ya kumnong'oneza jirani yake kuwa anaenda haja. Hakurudi. Mwingine aliondoka taratibu kwa madai hayo hayo. Yeye pia hakurudi. Yuko ambaye alienda moja kwa moja msikitini. Kuna aliyekwenda kanisani. Mwingine alienda nyumbani ambako aliungana na familia yake, kusubiri kifo.

Tahamaki Rais alijikuta kabaki na Waziri wake Mkuu. Walitazamana kwa muda, kisha mmoja aliyaepuka macho ya mwenziwe. Wakazitazama saa zao. Zilisalia dakika tano tu. Wakatazama tena. Wakazitazama tena saa zao. Dakika tatu... Dakika mbili... Mmoja alimsikia mwenziwe akiguna. Mwingine aliinuka akiwa kalowa jasho ambalo hakufahamu lilivyoishinda *air conditioner* ambayo ilikuwa ikifanya kazi kikamilifu. Kisha aliketi tena na kuyafumba macho yake.

Dakika moja....

Dakika yoyote kuanzia sasa! Kombora aliwaza akitoka dirishani alikokuwa akichungulia na kukirudia kiti chake. Alikuwa ameamua lolote ambalo lingetukia limkute katika ofisi yake. Hakuiona haja ya kutaabika wala kwenda kushuhudia maisha yanavyowatoka wanawe endapo nyumba yake ingetukia kuwa moja kati ya nyumba zisizo na bahati.

Mara mawazo ambayo hakutaka yamjie akilini yakamtokea. Mawazo ya upweke, unyonge na msiba mkubwa. Mawazo ambayo yalikuwa yakimfunulia hali ambayo angekuwa nayo endapo ingetukia yeye kuwa mmoja kati ya wale watakaosalimika na familia yake nzima kuteketea. Angeishi vipi bila ya mama watoto wake, yule mwanamke mpole ambaye hajaacha kumwonea haya kwa kiwango kile kile walipokuwa wachumba hadi leo ambapo wamekuwa pamoja zaidi ya miaka thelathini. Angeishi vipi bila ya watoto wake wanne, mmoja akiwa mwanamume ambaye amehitimu Chuo Kikuu na kuajiriwa mwaka jana na wale wa kike ambao wote wameolewa na kumpatia wajukuu watano? Maisha yangekuwa vipi endapo yote hayo yangebadilika ghafula kwa ajili ya ukatili wa utawala dhalimu wa weupe wachache huko Kusini?

Kisha aliikumbuka saa yake. Dakika kumi zilikuwa zimepita! Hakuyaamini macho yake. Akainuka na kupiga hatua mbili tatu kuendea dirisha. Akachungulia chini. Mitaa yote ya Dar es Salaam ilikuwa imetulia kabisa. Kelele ndogo zilisikika kwa mbali kutoka katika viwanda kadhaa ambavyo vilikuwa vikiendelea na kazi. Kombora aliirudia meza yake na kuketi. Masikio yake yalikuwa wazi yakisubiri kwa hofu kudaka mlio wowote wa mashaka ambao ungesikika. Macho pia yalikuwa wazi yakitazama angani kupitia dirishani.

Dakika ishirini!

"Wakati wo..." alitaka kutamba. Sauti yake ilikatizwa na ukelele wa ghafula ambao ulivuma ghafla katika anga. Bila ya kutegemea aliyafumba macho yake kwa nguvu na kutamani kuweka vidole masikioni ili asisikie zaidi. Kelele ziliendelea kwa mvumo mkubwa zaidi. Hisia zilimfanya Kombora adhani kuwa zilikuwa kelele za kushangilia badala ya vilio na maombolezi kama alivyotarajia. Akasikiliza kwa makini zaidi. Naam. Watu walikuwa wakipiga vigelegele na kucheka kwa nguvu.

Watu wote!

Kama waliopatwa na wazimu!

Dakika moja baadaye Kombora alikuwa miongoni mwa watu wengine katika chumba cha habari, ghorofa ya mwisho. Askari hao walikuwa wakitokwa na machozi ya furaha huku wakisikiliza redio BBC ambayo ilikuwa ikiendelea na taarifa.

"...hadi sasa inaaminika kuwa utawala wa Afrika Kusini haujafanikiwa kuuzima moto huu mkali ambao unateketeza majumba mbalimbali ya mjini Johannesburg. Kadhalika haijafahamika watu wangapi wamefariki na wangapi ni *majeruhi japo inaaminika kuwa idadi hiyo itakuwa kubwa sana.*

Kadhalika mtambo wa siri ambao ulikuwa umejengwa na utawala huo ukiendesha setilaiti ya aina yake, isiyoonekana kwa macho, umelipuliwa na wahandisi wake wote kuangamia. Inasemekana kuwa baada ya mtambo huo kulipuka chombo hicho cha ajabu kimeanguka katikati ya mji wa Johannesburg na kusababisha madhara makubwa kwa maisha na mali za wananchi. Kadhalika inaaminika kuwa afya za wananchi katika mji huo zitakuwa mashakani kutokana na nguvu za nyukilia zilizoshirikishwa katika kukiunda chombo hicho.

Kwa kila hali inaonyesha dhahiri kuwa Joram Kiango akishirikiana na mwenzi wake, yule msichana mzuri, Nuru wameshiriki kwa njia moja au nyingine katika kufanya haya yaliyofanyika huko Afrika Kusini. Na endapo wasingefanya walichokifanya dakika hii hii Afrika nzima ingekuwa katika msiba kwani kulikuwa na mipango ya mtambo huo kuzishambulia nchi zote za mstari wa mbele kwa pamoja..."

Kombora hakustahimili. Machozi mengi yalimtoka na kuteleza juu ya mashavu yake. Machozi ya furaha. Joram Kiango tena! Kwa mara nyingine ameliokoa taifa lake na Afrika nzima kuepuka kipigo cha kikatili ambacho kisingesahaulika. Joram ambaye alimfikiria vibaya kwa kutoweka kwake na pesa nyingi za umma ambazo amezichezea kote duniani.

Ghafla ikampambazukia Kombora. Joram hakuwa ameziiba zile pesa. Alikuwa amezichukua kwa mtindo ule ili ionekane kama ameziiba. Ili azitumie kwa shughuli hii pamoja na kuaminika kama msaliti mara aingiapo nchini Afrika Kusini. Angeweza kuchukua hata zote! Kombora aliwaza. Angeweza kuzitumia apendavyo! Kijana huyu ni nani kama si malaika aliyeletwa kuishi kama binadamu kwa manufaa ya binadamu wengine?

Kombora alirejea ofisini kwake. Mara tu alipoketi simu zilianza kumsumbua. Nyingi zilikuwa za waandishi wa habari zikiuliza hili na lile. Swali kubwa lilikuwa kutaka kujua kama kweli ni Joram Kiango aliyefanya kazi hiyo ambayo majeshi yote ya nchi za Kiafrika yasingeweza kufanya. Zaidi walitaka kujua Joram yuko wapi.

Simu ambayo ilimsumbua Kombora kuliko zote ni ile iliyotoka Ikulu. Alizungumza na Rais mwenyewe. "Tunamtaka haraka kijana huyo ndugu Kombora. Kuna tuzo maalum la ushujaa ambalo linamsubiri..."

Kwa kadiri Kombora alivyomfahamu Joram hakuamini kama angepatikana kwa urahisi kiasi hicho, na hasa kujitokeza aipokee tuzo hiyo hadharani.

Siku mbili baadaye uhai ulilirudia jiji la Dar es Salaam kama kawaida. Pilikapilika za mitaani, viwandani na maofisini ziliendelea mtindo mmoja. Kila uso ulikuwa na furaha, tabasamu likiwa karibu karibu. Jina la Joram lilikuwa katika fikira za kila mmoja. Ambao hawakupata kumfahamu waliuliza ni nani huyu Joram Kiango?

"Humfahamu?" waliuliza huku wakitazamwa kama wapumbavu.

Tawi la Benki ya City Drive lilikuwa na uhai vilevile. Wateja wengi walikuwa wamefurika kama kawaida wakiweka au kuchukua pesa, kuangalia mahesabu yao na shughuli nyingine mbalimbali. Pilikapilika hizo ziliwafanya wasimtazame zaidi ya kawaida mzee huyu aliyevaa kanzu nyeupe na koti jeusi, ambaye alikuwa na nywele na ndevu nyingi nyeupe kwa wingi wa mvi. Mkononi alikuwa na mfuko mnene wa ngozi. Aliwapita wateja wote, akipokea shikamoo zake hadi chumbani kwa meneja ambaye alimpokea kwa heshima zote, kwani haikuwa mara kwa mara kutembelewa na watu wenye umri kama huo. "Marahaba," babu huyo aliitika. "Wewe ndiye meneja mwenyewe?"

"Ndiye."

"Ndiyo wewe uliyeibiwa zile pesa za kigeni?"

"Ni mimi mzee."

"Basi huu hapa mzigo wako," mzee huyo alisema akifungua mfuko huo na kutoa mabunda ya noti. Pesa za kigeni na shilingi chache za Tanzania. "Nimetumwa na kijana mmoja anayesema anaitwa Joram nikuletee. Amesema nikuombe radhi sana kwa kuzichukua. Alikusudia kuzitumia kwa safari yake lakini alipata pesa nyingine kutoka kwa jasusi moja ambalo alilikamata kule *New Africa Hotel* hivyo alizitumia pesa zile badala ya hizi. Hata hivyo amesema zimepungua kidogo. Atalipa..."

Meneja alikuwa hamsikilizi kwa makini. Mshangao ulikuwa umemshika. Alimtazama mzee huyo kwa muda kisha aliinama na kuanza kuzihesabu kwa mabunda. Katika hesabu ya haraka haraka zilipungua dola mia mbili. Akazirudisha katika mfuko wake na kuinua uso ili amshukuru mzee na kumwambia la kufanya. Hakumwona. Mzee alikuwa ameondoka bila ya kuaga alipokuwa kainamia meza.

Meneja huyo aliduwaa.

Kisha alikumbuka la kufanya. Akauchukua mfuko huo wa pesa na kuondoka nao hadi katika gari yake. Akaitia moto hadi katika ofisi ya Kombora ambako alimwona moja kwa moja na kumsimulia mkasa mzima.

"My God," Kombora alifoka. "Aliyezileta pesa hizo kwako hakuwa mzee. Alikuwa kijana sana, Joram Kiango mwenyewe!"

Meneja huyo alizidi kushangaa. "Mbona alikuwa mzee Inspekta? Hata sauti yake ilionyesha..."

"Huyo ni Joram", Kombora alimkatiza. "Ametumia moja ya mbinu zake ili asipatikane na kupewa heshima yake. Amejifanya mkongwe kama alivyofanya katika mkasa ule ulioitwa SALAMU TOKA KUZIMU." Kombora alijiinamia kwa muda. "Tulimhitaji sana," alisema kama aliyemsahau meneja huyo wa benki na badala yake kujizungumzia peke yake. "Anahitajika. Kumtafuta hakutasaidia kitu. Kwa jinsi ninavyomfahamu, hatajitokeza hivi karibuni hadi hapo mchango wake utakaposahaulika, au litakapotokea suala jingine linalohitaji ushujaa."

TAMATI

Arusha,

Dar es Salaam,

6th FEBRUARY, 1987